இந்துத்துவமும் சியோனிசமும்

அ. மார்க்ஸ்

அடையாளம்

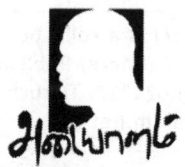

முதல் பதிப்பு 2018

© அ. மார்க்ஸ்

வெளியீடு: அடையாளம், 1205/1 கருப்பூர் சாலை, புத்தாநத்தம் 621310, திருச்சி மாவட்டம், இந்தியா, தொலைபேசி: 04332 273444

நூல் வடிவம்: த பாபிரஸ், அச்சாக்கம்: அடையாளம் பிரஸ், இந்தியா

ISBN 978 81 7720 290 8

விலை: ₹ 50

Induththuvamum siyonisamum is a collection of essays on Hindutva and Zionist politics in Tamil by A. Marx, Published by Adaiyaalam, 1205/1 Karupur Road, Puthanatham 621310, Thiruchirappalli District, Tamilnadu, India, email: info@adaiyaalam.net

நன்றிகளுடன்...

இந்துத்துவம் என இன்று அழைக்கப்படும் இந்திய பாசிசம் அது தோன்றிய தருணத்திலிருந்தே ஐரோப்பிய பாசிசத்துடன் நெருக்கமான நேரடித் தொடர்பைக் கொண்டிருந்தது. இது குறித்து நான் எழுதியுள்ளவை எனது இந்துத்துவத்தின் பன்முகங்கள் எனும் பெருந் தொகுப்பில் உள்ளன. பாசிச சக்திகளுக்கிடையேயான இந்த உறவு இன்னும் தொடர்கிறது. மேலும் நெருக்கமாகவும், ஆபத்தான வடிவங்களிலும் அது நிகழ்ந்துகொண்டிருக்கிறது. புதிய உலக ஒழுங்கில் எல்லாமே தேச அரசு என்கிற எல்லையைக் கடந்ததாகிவிட்ட நிலையில் இன்று வெளிநாடுகளில் வாழும் உயர்சாதி இந்தியர்கள் தீவிரமாகவும் வெறித்தனத்துடனும், வெளிப்படையாகவும் இந்தத் திசையில் செயல்படுகின்றனர். ஒரே ஆறுதல் என்னவெனில் இவர்களின் இந்த ஆபத்தான செயற்பாடுகளை இங்கிருந்து சென்று அங்கு படித்துக்கொண்டும் பணியாற்றிக்கொண்டும் உள்ள நம் தலித் மற்றும் அடித்தளச் சாதிகளைச் சேர்ந்த தோழர்கள்தாம் அம்பலப்படுத்துகின்றனர்; எதிர்த்துப் போராடுகின்றனர். அவர்களின் செயற்பாடுகளில் இருந்தே நான் இந்தக் குறுநூலுக்குத் தேவையான செய்திகளைத் திரட்டியுள்ளேன். அவர்கள் அனைவருக்கும் நன்றிகள்.

மிக்க மரியாதைக்குரிய பேராசிரியர் எம்.எச். ஜவாஹிருல்லாஹ் அவர்கள் இந்த நூலில் உள்ள கட்டுரைகளை வாரந்தோறும் தங்களின் மக்கள் உரிமை வார இதழில் வெளியிட்டதோடு இன்று இதற்கொரு அழகிய முன்னுரையையும் தந்துள்ளார். அவருக்கு என் மனமார்ந்த நன்றிகள். இந்தக் கட்டுரைகள் வார இதழில் வந்த போதும், முகநூல் பக்கங்களில் வெளிப்பட்ட போதும் பாராட்டி,

உற்சாகம் ஊட்டிய நண்பர்களுக்கும் இந்நூலை வெளியிடும் அடையாளம் பதிப்பகத்திற்கும் நன்றிகள்.

அ.மார்க்ஸ்

சென்னை
ஜனவரி 8, 2018

பொருளடக்கம்

நன்றிகளுடன்...

முன்னுரை - எம்.எச். ஜவாஹிருல்லாஹ் vii

1 'இந்துத்துவம்-சியோனிசம் இரண்டும் ஒண்ணுதான்':
இந்துத்துவவாதிகளின் வெளிப்படையான வாக்குமூலம் 1

2 மூன்று ஒற்றுமைகள் 5

3 இந்துத்துவம் மேலெழுந்த வரலாறு 10

4 தொலைதூரத் தேசியம் 14

5 சியோனிசம்: காந்தியும் இந்துத்துவவாதிகளும் 18

6 இஸ்ரேலின் 'அலியாஹ்' கொள்கையை ஏற்கும் பாஜக 23

7 இந்துத்துவ அமைப்புகளுக்கு வந்துகுவியும்
வெளிநாட்டு நிதிகள் 27

8 இரக்கத்தைத் தூண்டி திரட்டிய பணம்
இந்துத்துவ அமைப்புகளுக்கு வினியோகம் 31

9 'டயஸ்போரா குற்ற உணர்வு' என்பதன்
இன்னொரு பக்கம் இஸ்லாமிய வெறுப்பு 35

10 இரட்டைக் கோபுரத் தாக்குதலும்
அமெரிக்க இந்துத்துவமும் 40

11 இன்டெர்நெட் இந்துத்துவத்தின்
   யூத பயங்கரவாதத் தொடர்புகள்   45
12 இவர்களின் இந்த நட்பு
   அற அடிப்படையில் ஏற்கத்தகாதது,
   அரசியல் அடிப்படையில் முட்டாள்தனமானது   51

முன்னுரை

நான் வாணியம்பாடி இஸ்லாமியா கல்லூரியில் பணியாற்றிக் கொண்டிருந்த காலம். 1993 என்று எண்ணுகிறேன். அப்போது எனது சக பேராசிரியர் ஒருவர் பேராசிரியர் அ. மார்க்ஸ் எழுதிய இஸ்லாமியர்களுக்கு எதிரான கட்டுக்கதைகள் என்ற நூலை என்னிடம் தந்தார். இதை எழுதிய பேராசிரியர் மார்க்ஸ் குடியாத்தம் அரசுக் கல்லூரியில்தான் பணியாற்றிக்கொண்டிருக்கிறார் என்று கூடுதல் தகவலையும் தந்தார். ஒரே மூச்சில் அதனைப் படித்து முடித்துவிட்டேன். அப்போது முதல் தொடங்கியது பேராசிரியர் அ. மார்க்ஸ் அவர்களுடனான எனது நட்பு.

தமுமுக 1995இல் தொடங்கப்பட்டபோது பல்வேறு வகையில் நாங்கள் எதிர்நீச்சல் போட்டு உரிமைகளை நிலைநாட்ட வேண்டிய சூழல் ஏற்பட்டது. அந்த இக்கட்டான தருணங்களில் எங்களுக்கு உறுதுணையாக இருந்தவர் மனித உரிமைச் செயற்பாட்டாளராக நான் அறிந்திருந்த பேராசிரியர் அ. மார்க்ஸ் அவர்கள்.

ஒற்றுமை என்னும் பெயரில் மாதமிருமுறை இதழை நாங்கள் நடத்திக்கொண்டிருந்த போது அதில் நபிகள் நாயகம் (ஸல்) அவர்களைப் பற்றி தொடர் எழுத நான் பேராசிரியரைக் கேட்டுக் கொண்டேன். அதுவே பிறகு நான் புரிந்துக்கொண்ட நபிகள் என்ற பெயரில் சிறப்பான நூலாக வெளிவந்தது. மக்கள் உரிமை வார இதழின் ஆசிரியராக நான் பொறுப்பேற்ற பிறகு ஒரு தொடர் எழுதித் தர நான் விடுத்த வேண்டுகோளை ஏற்று 12 வாரங்கள் ‘இந்துத்துவமும் சியோனிசமும்’ என்ற பெயரில் பேராசிரியர் அவர்கள் எழுதியவைதான் இப்போது உங்கள் கைகளில் தவழும் இந்த நூல்.

இந்துத்துவத்திற்குப் பெரும் ஊக்கமாக விளங்கியது ஹிட்லர் மற்றும் முசோலினியின் பாசிச சிந்தனைகள் என்பது அனைவரும்

அறிந்த உண்மை. யூதர்களை ஜெர்மனியில் ஹிட்லர் எவ்வாறு அழித்தானோ அதே பாணியைக் கையாள்வதுதான் இந்தியாவில் வாழும் சிறுபான்மையினர்களை ஒழிப்பதற்கான இறுதித் தீர்வு என்ற கோட்பாட்டை நேசிப்பவர்கள்தான் சங்கப் பரிவாரத்தினர். இருப்பினும் ஹிட்லர் மீதான அவர்களின் பாசம் அவரால் அழிக்கப் பட்ட யூதர்களை நேசிப்பதைவிட்டும் சங்கப் பரிவாரத்தினரை எவ்வகையிலும் தடுக்கவில்லை. சங்கப் பரிவாரத்தினர் இஸ்ரேலைத் தங்களை ஊக்கப்படுத்தும் தத்துவமாக கருதுகிறார்கள். இஸ்ரேலின் பாலஸ்தீன விரோத நடவடிக்கைகளை இம்மி பிசகாமல் இந்தியாவில் சிறுபான்மையினர் தொடர்பாக மேற் கொள்ளவேண்டும் என்பதே அவர்களது இலட்சியமாக உள்ளது.

இந்தப் பின்னணியில் 70 ஆண்டுகளுக்குப் பிறகு முதன் முதலாக இஸ்ரேலுக்கு வருகைபுரிந்த முதல் இந்திய பிரதமர் நரேந்திர மோடி என்ற நிலை இன்று ஏற்பட்டுள்ளது. மோடியை அவரது வருகையின் போது கட்டியணைத்த இஸ்ரேலின் பிரதமர் நெதென்யாகு 70 ஆண்டுகள் இந்தத் தருணத்திற்காகக் காத்திருந்ததாக வெளிப்படையாகவே அறிவித்தார்.

இந்தப் பந்தம், இந்த நேசம், இந்தப் பிணைப்பு காந்தியின் இந்தியாவிற்கு ஏற்புடையது அல்ல. சவார்கரின் கனவை நனவாக்க முயலுகிறார்கள். இந்தப் பின்னணியைப் பல்வேறு கோணங்களில் பேராசிரியர் அ. மார்க்ஸ் இந்த நூலில் விவரிக்கிறார். இந்தத் தொடர் மக்கள் உரிமையில் வெளியான போது மிகுந்த வரவேற்பை வாசகர்களிடம் பெற்றது. மக்கள் உரிமையின் வாசகர் களாக இருக்கும் பலர் என்னிடம் இதுவரை தாங்கள் அறிந்திராத பல செய்திகளைத் தெரிந்துகொண்டதாகத் தெரிவித்தார்கள். இத்தகைய பயன்மிக்க தொடர் இன்று நூல்வடிவம் பெற்றிருப்பது காலத்தின் தேவையாக உள்ளது. இந்துத்துவ-சியோனிஸ உறவு மனிதகுல ஒற்றுமைக்கு விரோதமானது. அந்த உறவைச் சிதைக்க தொடர்ந்து பாடுபடுவது காலத்தின் கட்டாயமாகும்.

பேராசிரியர் அ. மார்க்ஸ் அவர்களின் அறிவுத்துறை யுத்தம் தொடரட்டும்; வெற்றி பெறட்டும்.

எம்.எச். ஜவாஹிருல்லாஹ்
தலைவர், மனிதநேய மக்கள் கட்சி

1

‘இந்துத்துவம்-சியோனிசம் இரண்டும் ஒண்ணுதான்’: இந்துத்துவவாதிகளின் வெளிப்படையான வாக்குமூலம்

இந்துத்துவவாதிகளின் அணுகல்முறையை நண்பர் பாரதி கிருஷ்ணகுமார் ஒரு கூட்டத்தில் இப்படி நகைச்சுவையாகச் சொன்னார்:

> ஒருத்தன் காந்தியைச் சுட்டது சரிதாம்பான். இன்னொருத்தன் அப்டி நாங்க சொல்லலியேம்பான். மூணாவது ஆள் அப்படிச் சொன்னாதான் என்னம்பான்.

உண்மை. அவர்களின் தந்திரோபாயங்களில் ஒன்று இது. மாட்டுக்கறி விஷயத்திலும் அவர்கள் இப்படிச் சொல்வதைக் கவனிக்கலாம். மாட்டுக்கறி சாப்பிடக்கூடாது என்பார்கள். இன்னொரு பக்கம் சாப்பிடலாம்; ஆனால் மாடுகளை வெட்டக் கூடாது என்பார்கள். வெட்டாமல் எப்படிச் சாப்பிடுவது என்றால் புன்னகைப்பார்கள். இது நடந்துகொண்டிருக்கும்போதே இன்னொரு பக்கம் மாட்டுக்கறி வைத்திருந்தார் எனச் சொல்லி இரண்டு பேர்களைக் கொல்வார்கள்.

இவைதான் அவர்களின் நடைமுறைகளாக உள்ளன. ஆனால் தத்துவார்த்தப் பிரச்சினைகளில் இவர்கள் ஓரளவு யோக்கியமாக இருக்கிறார்கள் என்றே சொல்ல வேண்டும். அதுவும் சமீப காலத்தில் ரொம்பவே யோக்கியமாக இருக்கிறார்கள். கொஞ்ச நாள் முன்னர்வரை அதிலும்கூட அவர்களின் மேற்படி தந்திரோபாயத்தைச் செயல்படுத்திக்கொண்டிருந்தார்கள். ஆர்எஸ்எஸ்ஸைத் தொடங்கியவர்களில் ஒருவரான மூஞ்சே பாசிஸ்ட் முசோலினியை நேரடியாகப் போய்ச் சந்தித்து, உங்கள்

வழியில்தான் நாங்களும் செயல்படுகிறோம்..' எனச் சொல்லி வழிந்து வந்தார் என்பதை நாம் ஆதாரத்துடன் அம்பலப் படுத்தினால், 'ஏன் உங்கள் காந்திகூடத்தான் முசோலினியைச் சந்தித்தார்' என மகா புத்திசாலித்தனமாகப் பதில் சொல்வார்கள். இரண்டும் ஒன்றா? தொடர்ந்து பாசிஸ்டுகளுடன் என்ன மாதிரி உறவை மூஞ்சேயும் காந்தியும் வைத்திருந்தனர்? முசோலினியின் பாசிச அறிக்கையை இந்தியில் மொழியாக்கி வெளியிட்டது நீங்களா இல்லை காந்தியா? முசோலினியின் 'பலில்லா' வடிவில் இராணுவப் பள்ளிகளை இங்கே உருவாக்கிச் செயல்படுத்தியது நீங்களா? இல்லை காந்தியா?- என்கிற கேள்விக்கெல்லாம் பதில் சொல்ல மாட்டார்கள்.

சரி, இப்போது அவர்கள் இந்த அம்சத்தில் என்ன யோக்கியமாக ஆகிவிட்டார்கள் என்கிறீர்களா? அவர்கள் இப்போது தங்களின் கருத்தியல் பாசிசம்தான் என்றோ சியோனிசம்தான் என்றோ சொல்வதில் எந்தத் தயக்கமும் காட்டுவதில்லை. சென்ற நூற்றாண்டில் ஐரோப்பாவில் உருவான பாசிசத்துடனும் யூதர்களின் சியோனிசத்துடனும் அப்பட்டமாக, எந்தத் தயக்கமும் இல்லாமல் தங்களை அடையாளப்படுத்திக்கொள்கிறார்கள். 'ஆமாம், சியோனிச அரசியல்தான் இஸ்ரேலுக்கும் இந்தியாவுக்கும் பொருத்தமானது; சியோனிஸ்டுகளுடன் நாம் கருத்தியல் அடிப்படையில் ஒன்றுபடுவது மட்டுமல்ல, அவர்களோடு நாம் இணைந்து செயல்பட வேண்டும்' என்கின்றனர். அமெரிக்காவில் வாழும் உயர்சாதி இந்தியர்கள் வெளிப்படையாக சியோனிஸ்டு களுடன் நேரடித் தொடர்பில் உள்ளனர்.

இது குறித்த விவரங்களைத் தொடர்ந்து காண்போம்.

இந்துத்துவத்தை வெறித்தனமாக ஏற்றுக்கொண்டுள்ள உயர் சாதி மத்தியதர வர்க்கத்தினர் இணையம் மற்றும் நவீன தொடர்புச் சாதனங்களை மிகத் தீவிரமாகவும், வெற்றிகரமாகவும் தமது கருத்தியப் பிரச்சாரத்திற்குப் பயன்படுத்துவது குறித்து நான் எனது 'உலகமயமும் இந்துத்துவமும்' கட்டுரையில் விரிவாக எழுதியுள்ளேன் (பார்க்க: www.amarx.in). ஸ்வராஜ் மேக் எனும் இந்துத்துவ இணையதளம் ஒன்று பற்றியும் அதில் குறிப்பிட் டுள்ளேன். அந்த இணைய இதழ் இப்போது (ஜூன் 5, 2017) ஒரு

சிறப்பிதழை வெளியிட்டுள்ளது. அடுத்த மாதம் நரேந்திர மோடி இஸ்ரேல் செல்ல உள்ளார். 'இஸ்ரேலுக்குச் செல்லும் முதல் இந்தியப் பிரதமர்' — என இதைக் கொண்டாடித்தான் அந்தச் சிறப்பிதழ் வெளிவந்துள்ளது.

இதில் சியோனிசத்தையும், இந்துத்துவத்தையும் இணைத்தும், இஸ்ரேலைக் கொண்டாடியும் மிக விரிவான 11 கட்டுரைகள் உள்ளன.

'இந்துத்துவாவும் சியோனிசமும்: கொடிகள்தான் வேறு வேறு; கொள்கைகள் ஒன்றுதான்'

'இஸ்ரேலையும் மத்திய கிழக்கையும் உருவாக்கிய ஆறு நாட்கள்'

'1923-77: இஸ்ரேலில் வலதுசாரிகளின் எழுச்சி குறித்த ஒரு சுருக்கமான வரலாறு'

'கிப்புட்சிம்மிலிருந்து முதலாளியத்தை நோக்கி: சோஷலிசத்தி லிருந்து தொழில்வளர்ச்சி நாடாக இஸ்ரேலின் பயணம்'

'நேருவிலிருந்து மோடிவரை: இந்திய-இஸ்ரேல் உறவின் நான்கு அத்தியாயங்கள்'

'இஸ்ரேலின் விவசாயப் பண்ணைகளிலிருந்து இந்தியா கற்றுக் கொள்ள வேண்டிய பாடங்கள்'

'தொண்டு நிறுவனங்களை வீழ்த்த ஏன் இந்தியாவும் இஸ்ரேலும் இணைந்து செயல்படவேண்டும்?'

'புதுமைமிகு கலாச்சாரத்தைக் கட்டமைக்க இஸ்ரேல் இந்தியா வுக்கு எதையெல்லாம் கற்பிக்க முடியும்?'

'இஸ்ரேலின் திருத்தல்வாத வரலாறு எவ்வாறு தலைகீழாக்கப் பட்டது'

என்பன இக்கட்டுரைத் தலைப்புகளில் சில. இந்தத் தலைப்புகளில் இருந்தே அவர்கள் என்ன சொல்ல வருகிறார்கள் என்பதை யூகிக்க இயலும். அவை:

1. இந்துத்துவம் சியோனிசத்தை அனைத்து அம்சங்களிலும் வழிகாட்டு நெறியாகக் கொள்ளவேண்டும்.

2. இந்தியா இஸ்ரேலுடன் நெருக்கமாக உறவு வைத்துக் கொள்ள வேண்டும்.

3. இஸ்ரேலின் அரசியலையும், அதன் வளர்ச்சி குறித்த அணுகல் முறைகளையும் இந்தியா அப்படியே பின்பற்ற வேண்டும்.

சியோனிசத்தையும் இந்துத்துவத்தையும் ஒப்பிட்டு இவர்கள் முன்வைக்கும் கருத்துகளை மட்டும் சுருக்கமாக இனி பார்ப்போம்.

2

மூன்று ஒற்றுமைகள்

மதம், இனம் அல்லது ஒரே இரத்தம் என்கிற அடிப்படையில் ஒரு தேசியச் சமூகத்தைக் கட்டமைக்கும் வகையில் சியோனிசமும் இந்துத்துவமும் ஒன்றுதான் எனச் சொல்லும் இவர்கள், பொது எதிரியான முஸ்லிம்களை எப்படிக் கையாள்வது என்கிற வகையில் இந்தியர்களுக்கு இஸ்ரேலியர்கள் மீது ஓர் இயல்பான நெருக்கம் உள்ளது என்கின்றனர். அதோடு இந்த இரண்டு தேசியங்களுக்கும் இடையில் உள்ள இதர மூன்று ஆழமான ஒற்றுமைகள் எனப் பின்வருவனவற்றைக் கூறுகின்றனர்:

1. சியோனிசம், இந்துத்துவம் என்கிற இரண்டு தேசியங்களும் ஒருவகையில் பலவீனமானவை. இரண்டுமே தமக்குரிய மண்ணின் மீது நீண்ட காலமாக உரிமையை இழந்து நின்றவை என்கிற அடிப்படையில் இப்படிச் சொல்கிறோம். யூதர்கள் கிமு 135 லேயே தம் மண்ணிலிருந்து விரட்டப்பட்டனர். 18 நூற்றாண்டுகளாக அவர்கள் நாடற்றவர்களாக உள்ளனர். ரோமானியர்கள், பைசான்டியர்கள், அரேபியர்கள், ஆட்டோமான்கள், ஐரோப்பியர்கள் என அவர்களின் நிலம் மற்றவர்களால் ஆளப்பட்டது. 1828இல் தம் சொந்த மண்ணில் வாழ்ந்த யூதர்களின் எண்ணிக்கை வெறும் 20,000 தான். இந்துக்களைப் பொருத்தமட்டில் இப்படி அவர்கள் விரட்டப்படவில்லை என்றாலும் சொந்த மண்ணில் வாழ்ந்து விட்டால் மட்டும் போதுமா? முதல் முஸ்லிம் படையெடுப்பு நிகழ்ந்த 400 ஆண்டுகளுக்குப் பிறகு அவர்கள் முழுமையாக அரசுரிமைகளை இழந்து அடிமைகள் ஆயினர். டெல்லியிலிருந்து மதுரைவரை அதுதான் நிலை. அரசாதரவற்ற சமூகமாகவே இந்துக்கள் வாழ்ந்தனர். அவர்களின் மொழி, பண்பாடு, கோவில்கள் எல்லாம் ஆதரவற்று ஒடுங்கின.

2. மதச்சார்பின்மை, புதிய ஜனநாயக அரசு, நவீன சிந்தனை முறை ஆகிய எல்லாம் இந்து மற்றும் யூதச் சமூகம் ஆகிய இரண்டையும் ஒரே மாதிரியாகப் பாதித்தன. அவர்கள் தங்கள் கலாச்சார அடையாளத்தை இழந்து ஒடுங்கிக்கிடந்தனர். இந்த நிலைக்கு எதிராகக் கலாச்சார அடிப்படையிலான தேசியங்கள் கட்டமைக்கப்படக்கூடிய தேவை இரண்டு சமூகங்களிலும் உருவாகியது. இது சியோனிசத்திற்கும் இந்துத்துவத்திற்குமான இரண்டாவது ஒற்றுமை. கலாச்சாரத்திற்குப் பதிலாக மதச் சார்பின்மை, ஜனநாயக அரசுமுறை ஆகியவற்றிற்கு முக்கியத்துவம் அளிக்கப்பட்டதன் விளைவாகவே இந்திய சுதந்திரப் போராட்டத்தில் மக்களைத் திரட்டுவதில் மதம் ஒரு முக்கிய அடையாளமாகப் பாவிக்கப்படவில்லை. அதற்குப் பதிலாக 'சுய நிர்ணயம், சுதந்திரம், சமத்துவம், நல்லாட்சி' முதலான மேற்கத்திய சொல்லாடல்களே இங்கு கோலோச்சின. இனம், ரத்தம் முதலான அடையாளங்களின் அடிப்படையிலான முரண்கள் முதன்மைப் படுத்தப்படாமல், எல்லோருக்கும் சமமான மதிப்பீடுகள், சமமான குடியுரிமை போன்ற கருத்தாக்கங்களால் பாதிக்கப்பட்ட ஒரு சமூகமாகவே யூதச் சமூகமும் இருந்தது. பிரெஞ்சுப் புரட்சிக்குப் பிறகு அவர்கள் தம் இன, ரத்த அடையாளங்களை உறுதிப்படுத்தி இயங்கத் தொடங்கிய பின்னரே ஐரோப்பிய யூதர்கள் பல துறைகளிலும் சாதனைக்குரியவர்களாக ஆயினர். மதச்சார்பின்மை, தாராளவாதம் ஆகியவற்றால் வஞ்சிக்கப்பட்ட அவர்கள் தம் மத, இன, மொழி அடையாளங்களை உறுதிப்படுத்தியபோதே மேலெழலாயினர். இந்தியாவிலும் அப்படித்தான். நவீன கல்வி, அறிவொளிக்கால மதிப்பீடுகள் ஆகியன இந்தியர்களை மெக்காலேயின் பிள்ளைகளாக மட்டுமே ஆக்கின. மதச் சார்பின்மை என்கிற பெயரில் இங்கு அனுமதிக்கப்பட்ட மத மாற்றங்கள் இந்துமதத்தை அழித்தன. நவீன மதிப்பீடுகள், விஞ்ஞானப் பார்வை, எல்லையற்ற பன்மைத்துவம் முதலியன இந்தியர்களையும் யூதர்களையும் அவர்களின் பாரம்பரியம், பண்பாடு, மொழி ஆகியவற்றின் சாதனைகளையும் கீழ்மைப் படுத்தின. இறுக்கமான இன, மத அடிப்படையிலான ஒற்றைக் கலாச்சார அடையாளத்தின் மூலம் பெறக்கூடிய வலிமையையும் உந்துசக்தியையும் இந்த இரண்டு சமூகங்களும் இழந்தன. இந்த இழப்புகளை இந்தச் சமூகங்கள் உணரத் தொடங்கியதன் விளைவாக

கலாச்சார தேசியம் எனும் கருத்தாக்கம் இரண்டு சமூகங்களிலும் வலுவாக உருப்பெற்றது. யூதர்கள் மத்தியில் அது சியோனிசமாக வெளிப்போந்தது. இந்தியாவில் அது வீர சாவர்க்கர், பக்கிம் சந்திர சட்டர்ஜி, விவேகாநந்தர், அரவிந்தர், தயானந்த சரஸ்வதி, திலகர் முதலானோரின் ஊடாக இந்துத்துவமாக உருப்பெற்றது.

3. இந்துத்துவம்-சியோனிசம் இரண்டுமே கலாச்சார தேசியத்தை வலியுறுத்தினாலும் அவை இந்தக் கலாச்சார அடையாளத்தை வலியுறுத்திய அதே நேரத்தில் அந்தக் கலாச்சார அடையாளத் திற்குள் அவை பன்மைத்துவத்தையும் வெளிப்படைத் தன்மை யையும் அப்படி ஒன்றும் முற்றாக மறுத்துவிடவில்லை. சியோனிசத்திற்கும் இந்துத்துவத்திற்குமான மூன்றாவது ஒற்றுமை இது. எப்படி ஃப்ரான்ஸ் கத்தோலிக்கத்தையும், இங்கிலாந்து புராட்டஸ்டான்ட் மதத்தையும் ஏற்றுக்கொண்ட நாடுகளாக உள்ளனவோ அதேபோல இஸ்ரேலும் யூதேயத்தின் அடிப்படையில் இயங்கினாலும் அந்தப் பெரும்பான்மை யூதக் கலாச்சாரக் கட்டமைப்பை ஏற்றுக்கொள்ளும் பிற அடையாளங்களும் அங்கு அனுமதிக்கப்படும். சாவர்க்கரின் இந்துத்துவமும் இத்தகையதே. இந்து தேசத்தின் அடையாளங்களாக அவர் மாத்ருபூமி (தாய்நாடு), ஜாதி (அதாவது இனம்), சான்ஸ்கிருதி (கலாச்சாரம்), புண்ணிய பூமி (அதாவது அவர்களின் புண்ணிய பூமியாகவும் அது இருக்க வேண்டும்) ஆகிய நான்கையும் முன்வைத்தார். இதன்மூலம் அவர் இந்துமதத்திற்குள் உள்ள எல்லாச் சாதிகளையும் உள்ளடக்கியதோடு இந்தியாவில் தோன்றிய சமணம், பவுத்தம், சீக்கியம் ஆகிய மதங்களையும் உள்ளடக்குவது குறிப்பிடத்தக்கது. இப்படியான ஒரு பார்வையை இந்துத்துவத்தின் குறைபாடாகச் சிலர் சொன்னபோதும், இந்துத்துவத்தை ஏற்றுக்கொள்ளாத அம்பேத்கர் போன்ற சில தலைவர்களும்கூட பாகிஸ்தான் பிரிவினை குறித்த நூலில் இதே போன்ற கருத்தை (அதாவது முஸ்லிம்களை இந்தியர்களாக ஏற்றுக்கொள்ள முடியாது என) முன்வைப்பது குறிப்பிடத்தக்கது. சாவர்கரின் இந்துத்துவத்தில் இந்திய கிறிஸ்தவர்களுக்கும், முஸ்லிம்களுக்கும் இடமில்லை என்பது உண்மைதான். ஆனால் இதன் பொருள் இந்தியா பலரும் வாழ்கிற ஒரு பன்மைத் தேசமாக இருக்க முடியாது என்பதல்ல. பிற சமூகங்கள் இந்துப் பெரும்பான்மைத் தேசியத்தை ஏற்றுக்

கொள்ளும்வரைதான் அவர்களின் சிவில் மற்றும் அரசியல் உரிமைகள் அனுமதிக்கப்படும்.

இதுவரை தொகுத்துக் கூறப்பட்டவை சியோனிசமும் இந்துத்துவமும் ஒன்று எனவும், வரலாற்று ரீதியாகவும், தற்போதுள்ள அரசியல் அணுகல்முறைகளின் அடிப்படையிலும் இரண்டுக்கும் இடையே எந்த வேறுபாடுகளும் இல்லை எனவும் வாதிடும் இந்துத்துவவாதிகளின் கருத்துகள் (ஜெய்தீப் ஏ பிரபு, 'இந்துத்துவாவும் சியோனிசமும்: கொடிகள்தான் வேறு வேறு: கொள்கைகள் ஒன்றுதான்', ஸ்வராஜ்யா, ஜூன் 5, 2017).

இவற்றை நான் பெரிதாக விளக்க வேண்டியதில்லை. மதவெறி, மத அடிப்படையிலான ஒதுக்கல்கள் என எவற்றையெல்லாம் ஒரு ஜனநாயக சமூகத்திற்குப் பொருத்தமில்லை என்கிறோமோ அவற்றைத்தான் இவர்கள் மேன்மையானவை என்கின்றனர். அவற்றைக் கைவிட்டதே இன்று இந்துக்கள் 'தாழ்வடைந் துள்ளதற்கான' காரணங்கள் என்கின்றனர். இந்துத்துவாவும் சியோனிசமும் ஒன்றுதான் எனச் சொல்லும் இவர்கள் இன்னொன்றையும் வெளிப்படையாகச் சொல்லி விடுகிறார்கள். கிறிஸ்தவர்களும் முஸ்லிம்களும் இந்தியாவைப் பொருத்தமட்டில் இரண்டாந்தரக் குடிமக்கள் என்பதுதான் அது. பிற நாடுகளில் புண்ணியத் தலங்களைக்கொண்டுள்ள யாரும் இந்த தேசத்தில் உரிமை கோர இயலாது. பசுவின் புனிதம், சூரிய வணக்கம் மற்றும் பிற இந்து அடையாளங்களையும், அவற்றின் அடிப்படை யிலான அரசையும் ஏற்கும்வரை மட்டுமே இங்கு சிறுபான்மை மக்களுக்கு அரசியல் உரிமைகள் அளிக்கப்படும்.

மொத்தத்தில் இந்தக் கட்டுரையில் அவர்கள் ஒரு தேசத்தின் வீழ்ச்சிக்குக் காரணங்களாகச் சொல்பவை இவைதாம்: மதச் சார்பின்மை (secularism), பன்மைத்துவம் (pluralism), தாராள வாதம் (liberalism), குடிமைத் தேசியம் (civic nationalism), சம உரிமைகள் (equal rights), விஞ்ஞானப் பார்வை (scientific outlook). இவற்றால்தான் இந்தத் தேசம் தாழ்ந்து கிடக்கிறதாம்.

இவர்கள் கள்ள மௌனம் காக்கும் சில கருத்தாக்கங்களில் ஜனநாயகம், சமத்துவம், தீண்டாமை மற்றும் பெண்ணடிமை ஒழிப்பு முதலானவை அடங்குகின்றன. இவற்றை அவர்கள்

ஏற்றுக்கொள்கின்றனர் என்பதுதான் உண்மை. எனினும் அவர்கள் இதை வெளிப்படையாகச் சொல்ல கொஞ்சம் தயக்கம் கொள் கின்றனர். அவ்வளவுதான்.

இவர்கள் முன்வைக்கும் தலைவர்கள் சாவர்க்கர், தயானந்த சரஸ்வதி, பக்கிம் சந்திரர், விவேகாநந்தர், அரவிந்தர், திலகர் ஆகியோர். கோட்சேயை ஏன் விட்டுவிட்டார்கள் என விளக்க வேண்டியதில்லை. இப்போதைக்குச் சொல்ல வேண்டாம் என வைத்துள்ளார்கள். அவ்வளவுதான்.. இவர்கள் புறக்கணித்துள்ள தலைவர்களில் காந்தி, நேரு, அம்பேத்கர் (இவரை ஒரே ஒரு இடத்தில் மேற்கோளாகப் பயன்படுத்துவது எதிர்மறையாக), தாகூர் முதலானோர். இந்துமதத்திற்குள் நின்றுகொண்டு அதில் சில சீர்திருத்தங்களை முன்மொழிந்த ராஜாராம் மோகன் ராயைக் கூட இவர்கள் புறக்கணித்துள்ளது குறிப்பிடத்தக்கது.

3

இந்துத்துவம் மேலெழுந்த வரலாறு

ஒன்றை நாம் நினைவில்கொள்ள வேண்டும். இந்துத்துவம் எப்போதும் தன்னை இந்தியாவுக்குள் சுருக்கிக்கொண்டதில்லை. அவர்களுக்கு இந்த விஷயத்தில் ஒரு ‘உலகப் பார்வை’ உண்டு. சுமார் 20 ஆண்டுகளுக்கு முன்பே நான் இது குறித்து விரிவாக எழுதியுள்ளேன். ஆர்எஸ்எஸ்ஸை தோற்றுவித்தவர்களில் ஒருவரான மூஞ்சே இத்தாலிய ஃபாசிஸ்ட் முசோலினியைச் சந்தித்து, அவனது இராணுவப் பள்ளிகளை (பலில்லா) எல்லாம் பார்வையிட்டு, பணிந்து பாராட்டி வந்ததோடு அதே பாணியில் இங்கு வந்து இராணுவப் பள்ளிகளைத் தொடங்கியதையும், அப்படித் தொடங்கியவற்றில் ஒன்றான ‘போன்சாலா இராணுவப் பள்ளி’யை இன்றுவரை இவர்கள் செயல்படுத்தி வருவதையும், இதோடு தொடர்புடைய கும்பல் ஒன்று மலேகான் குண்டு வெடிப்பு முதல் பல பயங்கரவாத நடவடிக்கைகளுக்குக் காரணமாகிச் சில ஆண்டுகளுக்கு முன் அம்பலப்பட்டுக் கைதாகி இன்னும் சிறையிலுள்ளதையும் நாம் எளிதில் மறந்துவிட இயலாது. கோட்சே, சாவர்க்கர் ஆகிய இருவருக்கும் கொள்ளுப் பேத்தியான ஹிமானி சாவர்க்தான் இப்போது இந்தப் பள்ளியை நடத்திவந்தவர்.

முசோலினியின் பாசிச அறிக்கையை (Fascist Manifesto) இவர்கள் இந்தியில் மொழியாக்கி அந்தக் காலத்திலேயே வெளியிட்டனர். தொடர்ந்து அவர்களின் கொள்கைப் பிரச்சாரத் திற்காக லோகாண்டி மோர்ச்சா என்றொரு பத்திரிகையையும் நடத்தினர். சுபாஷ் சந்திர போசை ஹிட்லரிடம் கொண்டு சேர்த்ததிலும் இவர்களின் பங்குண்டு.

பேசுவதுதான் சுதேசியம். இவர்களின் பார்வைகளும் உறவுகளும் எப்போதும் விதேசியம்தான். அதுவும் வரலாற்றில் யாரெல்லாம் இனவாதத்தையும் மானுட வெறுப்பையும், அந்த அடிப்படையில் கொலை பாதகச் செயல்களையும் இயக்க அடிப்படையில் முன்னெடுத்தார்களோ அவர்களே இவர்களுக்கு வழிகாட்டிகள், குருநாதர்கள். சுதந்திரப் போராட்ட காலத்தில் லண்டனில் செயல்பட்ட 'இந்தியா ஹவுஸ்' உட்பட எல்லாவற்றையும் நாம் இந்தக் கோணத்திலிருந்துதான் பார்க்க வேண்டும். இவர்களுக்கு முற்றிலும் மாற்றான ஒரு சுதேசியத்தை முன்வைத்துப் பெருந்திரளாக மக்களைத் திரட்டினார் என்பதுதான் மகாத்மா காந்திமீது இவர்களுக்கு உள்ள ஆத்திரமெல்லாம். லண்டனில் இருந்த இந்தியா ஹவுசில் சாவர்க்கருக்கும் காந்திக்கும் அரசியல் நோக்கங்களுக்காக இனவெறுப்பு, வன்முறைகள், படுகொலைகள் ஆகியவற்றைச் செயல்படுத்துவது குறித்து நடந்த ஒரு விவாதத்தை (1909) ஒட்டித்தான் காந்தியின் மிக முக்கிய நூலான ஹிந்த் சுயராஜ் எழுதப்பட்டது. இந்திய சுதந்திரம், சுதந்திரத்திற்குப் பிந்திய இந்தியா ஆகியன குறித்த முற்றிலும், ஆம் இந்துத்துவவாதிகளிடமிருந்து முற்றிலும் வேறுபட்ட ஒரு பார்வையை மகாத்மா காந்தி கொண்டிருந்தது தான் அவரை இவர்கள் கொன்று தீர்த்ததன் அடிப்படை என்பதை நாம் ஒருநாளும் மறந்துவிடலாகாது. இன்னொன்றையும் இங்கு சொல்லியாக வேண்டும். இந்துத்துவவாதிகள் காந்தியின் கருத்துகளை எதிர்த்தார்கள் என்றால், காங்கிரஸ்காரர்கள் காந்தியை அப்படியே ஏற்றுப் பின்பற்றினார்கள் எனப் பொருள் அல்ல. எனினும் காங்கிரஸ் எந்நாளும் இவர்களைப் போல வன்முறை மற்றும் பாசிசப் பார்வையைத் தம் அரசியல் கோட்பாடாக ஏற்றுக்கொண்டதில்லை.

1940களில் பாசிசம் உலக அளவில் அம்பலப்பட்டது. காலனிய மற்றும் இனவெறி எதிர்ப்பு, நாடுகள் சுதந்திரமடைதல், மார்க்சியம் மேலுக்கு வந்து பல நாடுகள் சோஷலிசப் பாதையை நோக்கித் திரும்புதல், ஐநா அவை உருவாகி உலகளாவிய மனித உரிமைப் பிரகடனம் வெளியிடப்படுதல், உலக அளவில் அணிசேரா நாடுகளின் கூட்டமைப்பு ஒன்று நேரு, நாசர், டிட்டோ முதலானோரின் தலைமையில் உருவாதல் எல்லாம் நடந்தன.

எல்லாத் துறைகளிலும் ஒரு தாராளவாதம் (liberalism) கோலோச்சுகிற காலகட்டமாக அது இருந்தது. உலகளாவிய அளவில் பாசிசம் அம்பலப்பட்டு ஒடுங்கிக் கிடந்த காலம் அது. ஆனால் ஒன்றை மறந்துவிடக்கூடாது. ஒடுங்கிக் கிடந்தாலும் பாசிஸ்டுகள் முற்றாக அழிந்துபடவில்லை. நீறு பூத்த நெருப்பாக இனவெறுப்பு கனிந்துகொண்டுதான் இருந்தது (பார்க்க : எனது சாவித்ரி தேவி பற்றிய கட்டுரை).

இந்தியாவிலும் இதுதான் நிகழ்ந்தது. காந்தி கொலையை ஒட்டித் தனிமைப்பட நேர்ந்த இந்துத்துவ பாசிசம் மிகவும் அடக்கி வாசிக்க வேண்டிய நிலைக்குத் தள்ளப்பட்டது. எனினும் அவர்கள் அமைப்பு ரீதியாக யாரையும்விட மிகத் தீவிரமாக இயங்கிக் கொண்டுதான் இருந்தனர். காந்தி கொலையை ஒட்டி அதுகாறும் காங்கிரசிலிருந்த இந்துத்துவவாதிகள் விலகி இன்றைய பாஜகவின் முன்னோடியான 'பாரதீய ஜனசங்' கட்சியைத் தொடங்கிச் செயல்பட்டு வந்தனர். இந்திரா காந்தி அறிவித்த நெருக்கடி நிலைக்கு இந்திய அளவில் உருவான எதிர்ப்பின் ஊடாக இவர்கள் அரசியல் களத்தில் சற்றே மேலுக்கு வந்தனர். இந்திராவின் ஜனநாயக விரோதப் போக்குகளை எதிர்த்துக் காங்கிரசிலிருந்து பிரிந்த 'பழைய காங்கிரஸ்' உடன் இணைந்து ஜனதா கட்சியை உருவாக்கிப் புதிய அரிதாரத்தைப் பூசிக்கொண்டு பொது வெளியில் தலை காட்டினர். அடுத்தடுத்த ஆண்டுகளில் அவர்கள் தனியே பிரிந்து இன்றைய 'பாஜக'வை உருவாக்கி, வளர்ந்த வரலாற்றை நாம் அறிவோம்.

இதே காலகட்டத்தில் உலக அளவில் இன்னொரு மாற்றமும் நிகழ்ந்தது. புதிதாக சுதந்திரமடைந்த நாடுகள், சோஷலிசப் பரிசோதனையில் ஈடுபட்ட நாடுகள் என எவையும் மக்களின் விருப்புகளையும் எதிர்பார்ப்புகளையும் முழுமையாகப் பூர்த்தி செய்யாததால் ஆங்காங்கு எதிர்ப்புகள் பல்வேறு வடிவங்களில் கிளர்ந்தன. உலக அரசியலிலும் அமெரிக்கத் தலைமையிலான நேட்டோ (NATO) நாடுகள் ஒரு பக்கமாகவும், இன்னொரு பக்கம் சோவியத் ரஷ்யா தலைமையிலான ஒரு அணி (The Council for Mutual Economic Assistance — COMECON) எனவும் பிரிந்து 'பனிப்போர்க் காலம்' (cold war) உருவானது.

தொடர்ந்த வரலாற்றை விரிவாக விளக்க இங்கு இடமில்லை. எனினும் சிலவற்றை நினைவில்கொள்ள வேண்டும். இரண்டாம் உலகப் போரின் முடிவை ஒட்டி இங்கு உருவான நன்நம்பிக்கைகள், உயர் நோக்கங்கள் எல்லாம் பொய்த்துப் போனதன் ஊடாகக் கொஞ்சம் கொஞ்சமாக ஆங்காங்கு இதுகாறும் பதுங்கிக் கிடந்த இனவெறுப்பு, பாசிசம், இந்துத்துவம் முதலான கருத்தாக்கங்கள் மேலுக்கு வந்தன. அத்தோடு உருவாகி வளர்ந்த இன்னொரு மிக ஆபத்தான கருத்தியல்தான் 'சியோனிசம்'. சுமார் 1800 ஆண்டு காலம் நாடற்றவர்களாகத் துரத்தப்பட்டு, பல நாடுகளிலும் தஞ்சமடைந்து இருந்தவர்களும், இரண்டாம் உலகப் போரின் ஊடான பாசிச இனவெறுப்பு நடவடிக்கைகளால் பெரிதும் கொடுமைகளுக்கு ஆட்பட்டவர்களுமான யூதர்களின், 'தங்களுக்கான ஒரு தாயகம்' எனும் கோரிக்கைக்கு இரண்டாம் உலகப் போரை ஒட்டி அமெரிக்கா, பிரிட்டன் உள்ளிட்ட நாடுகள் ஆதரவளிக்கத் தொடங்கின. பலஸ்தீனத்திற்குள் இஸ்ரேல் உருவாக்கப்பட்டதும் பெரிய அளவில் அங்கு வாழ்ந்திருந்த பலஸ்தீனியர்கள் விரட்டப்பட்டு அழிக்கப்பட்டதும் அழிக்கப் படுவதும் மேற்குலகின் ஆசியோடு தொடங்கின.

1800 ஆண்டுகளாகவும் அதற்கு முன்பாகவும் அங்கு வாழ்ந்திருந்த பலஸ்தீனியர்களை, உலக அளவில் ஏற்றுக்கொள்ளப்பட்ட நீதிகள், நெறிமுறைகள், சட்டங்கள், மனித உரிமைகள் என எல்லா வற்றிற்கும் எதிரான எல்லாவிதமான கொடிய வழிமுறைகளையும் பயன்படுத்தி அழித்தொழித்து, அவர்களின் பலஸ்தீனத்தை யூதர்களின் இஸ்ரேலாக வடிவமைப்பது என்பதற்கான தத்துவமாக உருவாக்கப்பட்டதுதான் சியோனிசம். விவிலியத்தின் பழைய ஏற்பாட்டில் சொல்லப்பட்ட 'யூதர்களுக்கு வாக்களிக்கப்பட்ட இஸ்ரேல்' எனும் கருத்தாக்கம்தான் சியோனிசம் தனக்கு ஆதரவாக முன்வைக்கும் ஒரே ஆதாரம்.

4

தொலைதூரத் தேசியம்

இந்துத்துவத்துக்கும் சியோனிசத்திற்கும் ஏற்பட்டுள்ள உறவைப் பார்க்குமுன் ஒன்றை இங்கு நினைவுகொள்வோம். நெருக்கடி நிலைக்கால கொடுமைகளுக்குப் பிறகு ஆட்சிமாற்றம் ஏற்பட்டதை ஒட்டி பொதுவெளியில் தீவிரமாகத் தலைகாட்டத் தொடங்கியது இந்துத்துவம். இடைக்காலத்தில் அது உருவாக்கி வைத்திருந்த மிக வலுவான இயக்கக் கட்டமைப்புகளை இந்த நோக்கில் அவர்கள் பயன்படுத்தினர். பல்வேறு விதமான இயக்க அமைப்பு களை அவர்கள், இந்திய அளவில் மட்டுமல்ல உலக அளவில் உருவாக்கிச் செயல்படுத்திவருகின்றனர் என்பது குறிப்பிடத் தக்கது.

மீனாட்சிபுரம் மதமாற்றத்தை இந்திய அளவில் ஒரு பிரச்சினை யாக்கி மேலுக்கு வந்த இவர்கள் அடுத்து பாபர் மசூதி, பொது சிவில் சட்டம், காஷ்மீருக்கு வாக்களிக்கப்பட்ட சிறப்புரிமைகளை அழித்தல் என அடுத்தடுத்து அவர்களின் பிளவுவாத அரசியலைத் தொடங்கினர். ஒவ்வொன்றின் அடிப்படையிலும் பெரிய அளவில் மக்களைத் திரட்டினர். வாய்ப்பில்லாத தமிழகம் போன்ற மாநிலங்களில் விவேகாநந்தர் பாறை முதலான திட்டங்களை முன்வைத்துப் பெரிய அளவில் தமிழகம் முழுவதிலும் பள்ளி களில் எல்லாம் சென்று மாணவர்கள் மத்தியில் நிதி திரட்டுவது என்கிற பெயரில் பிரச்சாரம் செய்தனர். இதனூடாக தமிழகம் முழுவதும் சிறுபான்மையாக உள்ள கிறிஸ்தவ, முஸ்லிம்கள் பெரும்பான்மை இந்துமதத்திற்குச் சம அளவில் வாழ்கிற ஒரே மாவட்டமான கன்னியாகுமரியைத் தம் சோதனைக் களமாகத் தேர்வு செய்ததன் மூலம் மண்டைக்காடு கலவரத்திற்கு வழிவகுத்து, இப்பகுதியில் நிரந்தரமாகக் காலூன்றினர்.

இத்தகைய செயல்பாடுகளுக்கான நிதி ஆதாரங்களை அவர்கள் பல்வேறு வழிகளில் உருவாக்கினர். அவற்றில் ஒன்றுதான் மேலை நாடுகளில் குடியேறியுள்ள இந்தியர்கள் மத்தியில் இந்துத்துவ உணர்வை ஊட்டி அதன்மூலம் பல மட்டங்களில் ஆதரவு திரட்டுவது. அதில் நிதி ஆதரவும் ஒன்று.

வெளிநாட்டில் 'செட்டில்' ஆகியுள்ள இந்த இந்தியர்கள் இருக்கிறார்களே அவர்களின் மனநிலை சுவாரசியமான ஆய்வுக் குரிய ஒன்று. வெளிநாடுகளில் வாழ்வது என்பது ஒருவகையில் ஒரு அற்புதமான அனுபவம். பல்வேறு இன மக்கள், மதக் கருத்தியல்கள், வழமைகள், மொழிகள், கலை இலக்கியங்கள், உணவுகள், புவி அமைப்புகள் (landscapes) ஆகியவற்றின் மத்தியில் இயல்பாக முகிழ்க்கும் ஒரு cosmopolitan உணர்வையும் அனுபவத்தையும், அவற்றின் ஊடாக உருப்பெறும் மேன்மை யான மானுட விகசிப்பையும் கருக்கிச் சாம்பலாக்கி இவர்கள் மத்தியில் குறுகிய மத அடையாளத்தை உருவாக்குவது என்பது தான் இங்கெல்லாம் இந்துத்துவத்தின் அணுகல்முறையாக உள்ளது.

இன்னொன்றையும் நாம் கருதவேண்டும். சமீபகாலம் வரை இவ்வாறு 'செட்டில்' ஆனவர்கள் பெரும்பாலும் இந்திய உயர்சாதியினர் மற்றும் மத்தியதர வர்க்கத்தினர்தான். இவர்கள் ஒருவகையில் ஒரு பிளவுண்ட மனநிலையில்தான் வாழ்கின்றனர். ஒரு பக்கம் இவர்கள் எல்லாவகைகளிலும் வளர்ச்சி அடைந்த மேலைநாடுகளின் சொகுசுகளிலிருந்து விடுபடவும் தயாராக இல்லை. அதே நேரத்தில் அவர்கள், சற்றுமுன் குறிப்பிட்டவாறு, ஒரு பன்முகப் பண்பாட்டில் ஓரங்கமாக இணைந்து போகவும் தயாராக இல்லை. ஏதோ ஒரு வகையில் இவர்கள் தம் 'இந்தியக் கலாச்சாரத்தை', அதாவது இந்துக் கலாச்சாரத்தைத் தூக்கிப்பிடிக்க விரும்புகின்றனர். அந்த வகையில் இவர்கள் வெளிநாடுகளைத் தாயகமாகக்கொண்ட தீவிர இந்திய தேசியர்களாக உள்ளனர். இவர்களை ஏதாவது சீண்ட வேண்டுமானால், 'பணி ஓய்வுக்குப் பின்னராவது இந்தியாவிலேயே வந்து செட்டில் ஆகிவிடலாமே..' என ஒரு கேள்வியைக் கேட்டீர்களானால் போதும். எரிச்சல் அடைவார்கள்; பொங்கி எழுவார்கள்.

பதிலாக அவர்கள் தம் தேசியப் பற்றை மிகத் தீவிரமாக வேறு வகைகளில் வெளிப்படுத்துவார்கள். 'Overseas Friends of BJP', 'Hindu Swayam Sevak Sangh' முதலான பெயர்களில் ஏராளமான அமைப்புகளை இவர்கள் அமைத்து அங்கிருந்து செய்துவரும் பணிகளை நான், 'ஏழுகடல் தாண்டி வேர் நீட்டும் இந்துத்துவா' (இந்துத்துவத்தின் பன்முகங்கள், உயிர்மை வெளியீடு, 2014, பக். 93-94) முதலான கட்டுரைகளில் விரிவாக எழுதியுள்ளேன். எனது இந்தக் கட்டுரைகள் இருபது ஆண்டுகளுக்கு முன்பு எழுதப்பட்டவை. இந்துத்துவ அமைப்புகளுக்குப் பெரிய அளவில் நிதி திரட்டி அனுப்புவது, பாபர் மசூதி இடிப்பு, குஜராத் இன அழிப்புப் படுகொலைகள் முதலான சம்பவங்களால் வெளிநாடுகளில் பெயர் கெடும்போது இந்தியாவிலிருந்து சிக்கந்தர் பக்த் போன்ற இவர்களுக்கு ஆதரவான 'நல்ல முஸ்லிம்' தலைவர்களை அழைத்து பாஜக ஆதரவு பிரச்சாரம் செய்வது, வெளிநாடுகளில் இருந்து கொண்டே பாஜகவுக்கு ஆதரவாகத் தேர்தல்களில் 'ஆன்லைன்' பிரச்சாரம் செய்வது, தாம் வாழும் நாடுகளுக்கு பாஜக மற்றும் ஆர்எஸ்எஸ் தலைவர்களை அழைத்து பிரும்மாண்டமான விழாக் களை நடத்துவது, கல்வி பயில வந்துள்ள இந்திய மாணவர்களைத் தங்களின் அரசியல் அடையாளத்தை மறைத்துக்கொண்டு அணுகி,

'ஹோலி அல்லது தீபாவளி' முதலான கொண்டாட்ட விழாக் களுக்கு அழைத்து கலாச்சார அமைப்புகளைக் கட்டுவது,

'ஆரிய இனப் பரவல்' என்கிற கருத்தாக்கத்திற்கு எதிராக பொய்யான ஆதாரங்களையும் அபத்தமான 'ஆராய்ச்சிகளையும்' முன்வைப்பது (சில நேரங்களில் கையும் களவுமாக மாட்டிக் கொண்டு முழிப்பது, பார்க்க: அ, மார்க்ஸ். ஆரியக் கூத்து, எதிர் வெளியீடு),

இவர்களின் இந்தக் கொள்கைகளுக்கு ஆதரவாக வீடியோக்கள் முதலியவற்றை ஊடகங்களில் ஏற்றுவது,

ஜெஃப்ரி க்ரிபால், வென்டி டோனிகர், பால் கோர்ட்ரைட் முதலான அறிஞர்களின் நேர்மையான பல ஆய்வுகள் தங்களின் அபத்த, இன வெறுப்புக் கொள்கைகளுக்கு எதிராக அமையும் போது அவற்றுக்கு எதிராகப் பல்வேறு வடிவங்களில் கருத்துப் பிரச்சாரம் செய்வது,

முதலியன இவர்களின் பணிகளாகக் கடந்த ஆண்டுகளில் இருந்துவந்துள்ளன. எனினும் இந்த நிலையில் செப்டம்பர் 11, 2001 க்குப் பின் ஒரு புதிய மாற்றம் ஏற்பட்டுள்ளது. இதைத்தான் நாம் இங்கு விரிவாகப் பார்க்கவேண்டியுள்ளது.

'செப்டம்பர் 11 க்குப் பிறகு உலகம் மாறிவிட்டது' என்கிற ஒரு கருத்தாக்கம் இங்கு எல்லோராலும் முன்வைக்கப்படுவதை அறிவோம். எண்பதுகளின் பிற்பகுதியிலிருந்தே, அதாவது சோவியத் யூனியனின் வீழ்ச்சியில் இருந்தே இந்த மாற்றங்கள் தொடங்கிவிட்டன என்பதுதான் உண்மை. அதைத் தொடர்ந்து இங்கு உருவான 'ஒரு துருவ உலகம்' (unipolar world), அணி சேரா நாடுகளின் கூட்டமைப்பின் (NAM) வீழ்ச்சி, மூன்றாம் உலகக் கோட்பாட்டின் பின்னடைவு (fall of third worldism) என்பவற்றின் தொடர்ச்சியாகத்தான் செப்டம்பர் 11ஐ ஒட்டிய 'பயங்கரவாதத்திற்கு எதிரான யுத்தம்' (war on terrorism) என்கிற நிலை ஏற்பட்டது. இந்தப் பின்னணியில்தான்,

1. பயங்கரவாதத்திற்கு எதிரான யுத்தத்தில் பொது எதிரியாக முஸ்லிம்களைக் கட்டமைப்பது,
2. நவதாராளவாதப் பொருளாதாரக் கட்டமைப்புடன் இந்தியாவை வலுவான நாடாக்குவது,
3. அமெரிக்க அரசியலை இதை நோக்கி வளைக்கும் வகையில் யூத லாபியைச் சாதகமாகப் பயன்படுத்துவது,

என்கிற மூன்றம்ச அணுகல்முறையுடன் இன்று மிக வலுவாக 'இந்துத்துவம்-சியோனிசம் பாய் பாய்' என்கிற முழக்கம் இந்துத்துவத் தரப்பிலிருந்து ஒலிக்கத் தொடங்கியுள்ளது.

5
சியோனிசம்: காந்தியும் இந்துத்துவவாதிகளும்

வழக்கம்போல சியோனிசம் குறித்த அணுகல்முறைகளில் இங்கு இரண்டு போக்குகள் இருந்தன. ஒன்று காந்தி, நேரு ஆகியோரின் அணுகல்முறை. மற்றது இந்துத்துவவாதிகளின் அணுகல்முறை. காந்தி-நேரு ஆகியோரின் அணுகல்முறையைக் காங்கிரசின் அணுகல்முறை என்பதாக நாம் சுருக்கிவிட இயலாது. அதுவும் 1950களுக்குமுன் காங்கிரசுக்குள்தான் இன்றைய பாஜகவும் இருந்தது என்பதை நாம் மறந்துவிடக்கூடாது. எனினும் 1992இல் நரசிம்மராவ் பிரதமராகும்வரை காங்கிரசைப் பொருத்தமட்டில் இஸ்ரேல் குறித்த அணுகல்முறைகளில் அது பெரிய அளவில் காந்தி-நேரு பாதையிலிருந்து விலகிவிடவும் இல்லை.

காந்தி சுட்டுக் கொல்லப்படுவதற்கு முன்பே உலக அளவில் இரண்டாம் உலகப் போருக்குப் பிந்திய முக்கிய உலகப் பிரச்சினையாக பலஸ்தீன-இஸ்ரேல் சிக்கல் தலையெடுத்தது. காந்தியைப் பொருத்தமட்டில் அவர் மிகத் தெளிவாகப் பலஸ்தீனியர்களின் பக்கம் நின்றார். இதன் பொருள் யூதர்களுக்கு ஒரு நாடு அமையவேண்டும் என்பதை மறுப்பதல்ல. ஆனால் அது பலஸ்தீனியர்களின் நிலத்தை ஆக்ரமித்து அமைவதாக இருக்கக் கூடாது என்பதுதான். 'எப்படி இங்கிலாந்து என்பது ஆங்கிலேயர்களுக்கு உரியதோ அதே போல பலஸ்தீனம் அரேபியர்களுக்கு உரியது' என்றார் காந்தி. 'அரேபியர்களின் (நிலத்தின்) மீது யூதர்களைத் திணிப்பது தவறானது மட்டுமல்ல, அது மனிதாபிமானம் அற்ற செயலும்கூட. பலஸ்தீனத்தில் இப்போது நடைபெறுவதை (அதாவது யூதர்களைக் கொண்டுவந்து குடியமர்த்துவதை) எந்த அறக் கோட்பாடுகளாலும் நியாயப்படுத்திவிட முடியாது' எனக் கூறிய காந்தி அடிகள் பலஸ்தீனத்தை யூதர்களுக்குக் கையளிப்பதை

'மனித குலத்திற்கு எதிரான அநீதி' (crime against humanity) எனச் சொல்லவும் தயங்கவில்லை. அது மட்டுமல்ல என்றென்றும் அஹிம்சையை வற்புறுத்திய அடிகள், இப்படியான யூதத் திணிப்பிற்கு எதிரான பலஸ்தீனியர்களின் போராட்டத்தை அஹிம்சைக்கு எதிரானது எனக் கண்டித்து ஓயவில்லை. மாறாக, 'சரி, தவறு என்பன பற்றிய ஏற்றுக்கொள்ளப்பட்ட எந்த அறக் கோட்பாடுகளின் அடிப்படையிலும் பலஸ்தீனியர்களின் போராட்டத்தைத் தவறு எனச் சொல்ல இயலாது' என்று கூறி பலஸ்தீனர்களின் போராட்டத்தை அவர் முழுமையாக ஆதரித்தார்.

'(பலஸ்தீனியத்தில் யூதர்களைக் குடியேற்றுவதன் விளைவாக ஏற்படும்) பிரச்சினைகள் பாரதூரமானவை. இவற்றை எதிர் கொள்ளத்தான் அவர்கள் இப்படிப் போராட நேர்ந்துள்ளது' எனச் சொன்ன காந்தி அடிகள் யூதர்களின் எதிர்த்தாக்குதல்கள் குறித்து என்ன சொன்னார்?

(பலஸ்தீனிய) பிரச்சினை கிட்டத்தட்ட தீர்க்க இயலாத ஒன்று என்கிற அளவிற்கு ஆகியுள்ளது. நான் மட்டும் ஒரு யூதனாக இருந்திருந்தால் அவர்களிடம் (யூதர்களிடம்) இப்படிச் சொல்லி இருப்பேன். 'பயங்கரவாதத்தைக் கையில் எடுக்கும் அளவிற்கு அசட்டுத்தனமாக இருக்காதீர்கள்... யூதர்கள் அரேபியர்களைச் சந்தித்துப் பேசவேண்டும். அவர்களுடன் (நேரடியாக) நட்பை வளர்த்துக்கொள்ள வேண்டும். பிரிட்டிஷ் உதவியையோ அமெரிக்க உதவியையோ நம்பியிருக்கக் கூடாது. ஜெஹோவாவிடமிருந்து அருளப்படுவதையே போதுமெனக்கொள்ளுங்கள்...

இதை காந்தி 1947 இறுதியில் சொல்கிறார். அடுத்த சில வாரங்களில் கோட்சேயால் அவர் சுட்டுக் கொல்லப்படுகிறார்.

பலஸ்தீனப் பிரச்சினை குறித்து காந்தியின் கருத்துகளில் மூன்று அம்சங்கள் உள்ளன.
1. பலஸ்தீனம் அரேபியர்களுடையது. அங்கு யூதர்களைக் குடியமர்த்துவதை ஏற்க முடியாது.
2. யூதர்கள் அமெரிக்கா, பிரிட்டன் ஆகிய நாடுகளை நம்பி இருப்பதைக் காட்டிலும் அரேபியர்களுடன் சமாதானமாகப் போவதே மேல்.

3. யூதர்களின் இன்றைய நடவடிக்கையின் பெயர் 'பயங்கர வாதம்' என்பதுதான்.

இஸ்ரேலின் நடவடிக்கைகளை முதன் முதலில் 'பயங்கரவாதம்' எனச் சொன்னது அநேகமாக காந்தி அடிகளாகத்தான் இருக்க இயலும்.

நேருவும் இதே கருத்தைத்தான் கொண்டிருந்தார். அவர் உயிருடன் இருந்தவரை இஸ்ரேலுடன் அரசியல் உறவு எதையும் ஏற்படுத்திக் கொள்வதில்லை என்பதில் உறுதியாக இருந்தார். எகிப்தின் நாசர் போன்றோருடன் இணைந்து அணிசேரா நாடுகள் என்கிற கோட்பாட்டைத்தான் அவர் முன்னெடுத்தார். உயிருடன் உள்ளவரை அவர் தன்னை அரபுநாடுகளுடன்தான் அடையாளப் படுத்திக்கொண்டார்.

ஆனால் காவி பயங்கரவாதம் எந்நாளும் தன்னை முசோலினி, ஹிட்லர் போன்ற பாசிஸ்டுகளுடனும் சியோனிஸ்டுகளுடனும் தான் அடையாளப்படுத்திக் கொண்டது.

யூதர்களைத் 'துணிச்சலும் புத்திசாலித்தனமும் மிக்கவர்கள்' என்றார் இந்துத்துவத்தின் தத்துவத் தந்தை சாவர்க்கர். 'அவர்களின் தேசம் நமது மாபெரும் பாரத நாட்டின் முன் ஒரு சின்னக் குழந்தை போலத் தோற்றமளித்த போதிலும் நாம் அவர்களிடமிருந்து நிறைய கற்றுக்கொள்ளவும் பின்பற்றவும் உள்ளன' எனச் சொன்ன அவர் பிறிதோரிடத்தில்,

யூதர்களைப் பாருங்கள். பல நூற்றாண்டுகள் அவர்கள் ஏதோ ஒரு நாட்டில் வளமாக வாழ்ந்திருக்கலாம்; தங்களுக்கு நிழல் தந்த காரணத்திற்காக அவர்கள் எத்தனையோ நாடுகளுக்கு கடன்பட்டிருக்கலாம். ஆனால் அவற்றுக்காகவெல்லாம் அவர்கள் அந்த நாடுகளோடு ஒன்றிவிடவில்லை. அவற்றோடு அவர்கள் பிணைந்துவிடவில்லை. அவர்களின் விருப்பு எல்லாம் அவர்கள் பிறந்த நாட்டுக்கும் அவர்களது இறைத்தூதர் பிறந்த மண்ணிடமும்தான் பிணைந்து கிடந்தது. சியோனிஸ்டு களின் கனவு மட்டும் நனவானால், பலஸ்தீனம் மட்டும் ஒரு யூத நாடாக மாறினால் நம் யூதச் சகோதரர்களைப் போலவே நாமும் மகிழ்ச்சி அடைவோம். முகமதியர்களைப் போலவே அவர்களும் தாம் பிறந்த நாட்டைக் காட்டிலும் தமது இறைத் தூதரின் நாட்டிலேயே தங்களின் விருப்புகளைக் குவித்திருந்தனர்—

என்று அவர்களின் இன்றைய ஆக்ரமிப்புப் போரை நியாயப் படுத்தினார்.

இந்துத்துவத்தின் இன்னொரு கோட்பாட்டாளரான கோல்வால்கர், 'பலஸ்தீனத்தை அதன் தொன்மைவாய்ந்த குடிகளான யூதர்களைக் கொண்டு நிரப்புவது என்பது இறந்துபோன ஹீப்ரு தேசிய வாழ்வை உயிர்ப்பிப்பது' என யூதர்களின் பலஸ்தீன ஆதரிப்பைக் கொண்டாடினார். இன்னொரு பக்கம் நாஸி ஜெர்மனி யூதர்களை அழித்தொழித்ததை அவர் வெளிப்படையாகப் பாராட்டினார். இது ஒரு முரணைப் போலத் தோன்றலாம். ஆனால் அவர் அதற்குச் சொன்ன காரணம் ஹிட்லரின் அந்தப் படுகொலைகள் என்பன ஒரு 'தூய ஆரிய' தேசத்தை உருவாக்கும் முயற்சியாக உள்ளது என்பதுதான். ஹிட்லரின் அந்த இன அழிப்பை அவர் 'இன வேட்கை' (race spirit) எனக் கொண்டாடினார்.

இந்தியாவுக்கும் இஸ்ரேலுக்கும் இடையில் பல அடிப்படை வேறுபாடுகள் உண்டு. எனினும் இரண்டுக்கும் ஒரே அரசியல் அணுகல்முறை பயன்படும் என இந்துத்துவவாதிகள் கருது கின்றனர். தேசம், இனம், சிறுபான்மை மக்கள் ஆகியவை குறித்த அரசியல் அணுகல்முறைகள் இரண்டுக்கும் ஒன்றாக இருக்க முடியும் என அவர்கள் நம்புகின்றனர். நேரு காந்தி ஆகியோரின் அணுகல்முறை ஒரு மதச்சார்பற்ற இந்தியாவை உருவாக்குவது. இவர்களின் நோக்கம் ஒரு இந்து இந்தியாவை உருவாக்குவது மட்டுமல்ல சிறுபான்மையினரின் இருப்பு, அவர்களின் வரலாறு, பண்பாடு எல்லாவற்றையுமே மறுப்பது. 2009இல் மோகன் பகவத், 'இந்தியாவில் சிறுபான்மையே கிடையாது. இங்குள்ள எல்லோரின் மூதாதையருமே இந்துக்கள்தான்.' என்று கூறியது குறிப்பிடத்தக்கது. மோடியின் நண்பரான பெஞ்சமின் நெதன்யாஹு சமீபத்தில், 'பலஸ்தீனியர்கள் இஸ்ரேலை அங்கீகரிப்பது மட்டுமல்ல. அதை ஒரு யூத நாடாக ஏற்கவும் வேண்டும்' எனக் கூறியது குறிப்பிடத்தக்கது. முந்தைய இஸ்ரேல் பிரதமர்களில் ஒருவரான கோல்டா மேய்ர், 'பலஸ்தீனர்கள் என்றெல்லாம் யாரும் கிடையாது. அப்படியெல்லாம் இங்கு யாரும் இருந்ததில்லை' என்றார். இஸ்ரேலின் முதல் பிரதமர் பென் குரியன், 'அராபியப் பாரம்பரியத்தின் இழிந்த கேவலமான விளைவுகள்.. அழித் தொழிக்கப்பட வேண்டும்' என்றார்

இந்தியாவிலும் சியோனிஸ்டுகளின் நண்பர்கள் இதைத்தானே சொல்கின்றனர். இங்கு வாழும் முஸ்லிம்கள் உட்பட அனைத்து சிறுபான்மையினரும் இந்தியாவை ஒரு இந்து நாடாக ஏற்பது என்கிற வகையில் அவர்கள் தம் மத அடையாளங்களிலும் நம்பிக்கைகளிலும் சமரசம் செய்துகொள்ளத் தயாராக இருக்க வேண்டும். கடந்த பல நூற்றாண்டுகளில் இங்கு உருக்கொண்ட இதர மதப் பண்பாடுகளின் அடையாளங்களை ஒழித்து இந்து இந்தியாவைத் தூய்மை செய்யவேண்டும் என்பதுதான் இன்று அவர்களின் நோக்கமாக உள்ளது என்பதை விளக்கத் தேவை இல்லை.

6

இஸ்ரேலின் 'அலியாஹ்' கொள்கையை ஏற்கும் பாஜக

2014இல் நடைபெற்ற பதினாறாம் நாடாளுமன்றத் தேர்தலில் பாஜக பெருவெற்றி பெற்று ஆட்சி அமைத்துள்ளதை அறிவோம். அவர்களின் தேர்தல் அறிக்கையில், 'அயல் உறவுகள்: தேசம் முதலில், அனைத்துலக அளவில் சகோதரத்துவம்' எனும் தலைப்பின் கீழ் தம் அயலுறவுக் கொள்கையைக் கோடிகாட்டி இருந்தனர். அதில் இப்படி ஒரு வாசகம்:

> உலகெங்கிலும் துன்புறுத்தப்பட்ட இந்துக்களுக்கு ஓர் இயற்கை இல்லமாக இந்தியா அமையும். அவர்கள் அடைக்கலம் புக இங்கே வரவேற்கப்படுவார்கள்.

தங்களின் தேர்தல் பிரச்சாரங்களிலும் அவர்கள் இதை வலியுறுத்தத் தயங்கவில்லை. நரேந்திர மோடியே தன் தேர்தல் பிரச்சாரங்களில் வங்கதேசத்திலிருந்து வரும் இந்துக்கள் வரவேற்கப்பட்டுக் குடியமர்த்தப்படுவார்கள் என வாக்குறுதி அளித்தார். இன்னொரு பக்கம் அவர் புலம்பெயர்ந்து வரும் வங்க முஸ்லிம்களைக் கொடூரமாகச் சித்திரிக்கவும், ஒட்டுமொத்தமாக அவர்களைத் திருப்பி அனுப்புவோம் எனச் சொல்லவும் தயங்கவில்லை.

எந்த அந்நிய நாடுகளில் இருந்தும் இந்தியர்கள் துன்புறுத்தப் பட்டு இங்கு வந்தால் அவர்களுக்கு அடைக்கலம் அளிக்கப்படும் என அவர் சொல்லியிருந்தாரானால் நாம் அதை முழுமையாக வரவேற்கலாம். ஆனால் துன்புறுத்தப்படும் இந்துக்கள் இடம் பெயர்ந்தால் மட்டும் அவர்களுக்கு அடைக்கலம் அளிக்கப்படும்

எனச் சொல்வதன் பொருளென்ன? இது ஒரு இந்துக்களுக்கான தேசம். இங்குள்ள அரசு ஒரு இந்து அரசு என்பதுதானே.

இப்படியான ஒரு கருத்தாக்கத்தை அவர்கள் எங்கிருந்து எடுத்துக்கொள்கின்றனர்?

இஸ்ரேலின் 'அலியாஹ்' (aliyah) எனப்படும் 'திரும்புதல் சட்டம்' என்பதுதான் இப்படியான அவர்களின் பேச்சுக்களுக்கு மூலாதாரம். இந்தச் சட்டத்தின்படி யூதர்கள் உலகில் எந்த நாட்டிலிருந்து வந்தபோதிலும் இங்கு வந்து குடியேறலாம். அவர்களுக்குக் குடியுரிமை வழங்கப்படும்.

இஸ்ரேலுக்கு இது பொருத்தமாக இருக்கலாம். ஆனால் பல்வேறு மொழிகள், மதங்கள், இனங்கள் நிறைந்த, ஜனநாயகப் பாரம்பரியம்மிக்க இந்தியத் துணைக்கண்டத்திற்கு எப்படிப் பொருந்தும்?

'சியோனிசம்' என்கிற கருத்தாக்கத்தின் அடிப்படையில் உருவாக்கப்பட்ட நாடு இஸ்ரேல். விவிலியத்தின் பழைய ஏற்பாட்டில் உள்ள 'வாக்களிக்கப்பட்ட நிலம்' எனும் கருத்தாக்கம் ஒன்றே இதற்கு அவர்கள் முன்வைக்கும் ஆதாரம். 'பலஸ்தீனத்திற்கான பிரிட்டிஷ் ஆணை' (British Mandate) என்கிற பெயரில் (1948) பலஸ்தீனம் சிதைக்கப்பட்டு இஸ்ரேல் உருவானபோது காலம் காலமாக அங்கு வசித்திருந்த பல்லாயிரக்கணக்கான பலஸ்தீனியர்கள் இடப் பெயர்வுகளுக்கு ஆளாயினர். இன்று மேலும் மேலும் பலஸ்தீனம் இஸ்ரேலால் ஆக்ரமிப்புக்கு உள்ளாகிறது. சிறிய ஆனால் மிக வலிமையான பயங்கரவாத நாடாக உள்ள அது ஆக்ரமிக்கப்பட்ட நிலங்களில் சட்ட விரோதக் குடியிருப்புகளை ஏற்படுத்தி யூதர்களைக் குடியமர்த்துகிறது. அப்பகுதிகளில் வாழும் பலஸ்தீனியர்களின் உயிர், வாழ்வு, இயக்கம் அனைத்தும் இஸ்ரேலால் கட்டுப்படுத்தப்படுகிறது. அதன் கட்டுப்பாட்டில் வாழும் பலஸ்தீனிய முஸ்லிம்கள் அனைவரும் அங்கு சம உரிமைகளற்ற இரண்டாம்தரக் குடிமக்கள்.

1948இல் பிரிட்டிஷாரிடமிருந்து விடுதலை பெற்ற இந்தியா ஒரு மதச்சார்பற்ற, ஜனநாயகக் குடியரசாகக் கட்டமைக்கப்பட்டது. இன்னும்கூட இங்கொரு அகதிகள் குறித்த தேசியக் கொள்கை இல்லாதபோதும் பிற நாடுகளிலிருந்து துன்புறுத்தப்பட்டு இங்கு

அடைக்கலம் தேடிவருவோர் யாராயினும் அவர்களின் மதம், இனம், மொழி எதையும் பாராமல் அவர்களுக்கு அடைக்கலம் அளிப்பதை அது ஒரு அடிப்படைக் கொள்கையாக நடைமுறைப் படுத்திவருகிறது. அந்த வகையில் ஆப்கானிஸ்தான், வங்கதேசம், இலங்கை, திபெத், மியான்மர் என எந்த நாடுகளில் இருந்தும் வருவோர் அவர்கள் இந்துக்கள், முஸ்லிம்கள், பவுத்தர்கள் யாராயினும் அடைக்கலம் அளித்து வருவதுதான் இந்த நாட்டின் பாரம்பரியமாக இருந்துவரும் நிலையில் இன்று இவர்கள் 'இந்துக்களுக்கு அடைக்கலம் அளிக்கப்படும்' எனச் சொல்ல எங்கிருந்து கற்றுக்கொண்டனர்? வேறெங்கிருந்து? அவர்களின் 'மாதிரி தேசம்' ஆன இஸ்ரேலிடமிருந்துதான்.

தற்போது உள்துறை அமைச்சராக உள்ள ராஜ்நாத் சிங் பாஜக தலைவராக இருந்தபோது வங்கதேச இந்துக்களுக்கு இந்திய அரசு குடியுரிமை வழங்க வேண்டும் என்றார். நிதின் கட்காரி பாஜக தலைவராக இருந்தபோது 'உலகின் எந்தப் பாகத்திலிருந்து துன்புறுத்தப்பட்ட இந்துக்கள் இங்கு வந்தாலும் அவர்களுக்கு இந்திய அரசு குடியுரிமை வழங்க வேண்டும்' என்றார். நரேந்திர மோடியோ 'ஃபிஜி, மொரிஷியஸ்... ஏன் அமெரிக்காவிலிருந்து ஒரு இந்து அடைக்கலம் தேடி வந்தாலும் அவர்களுக்கு அடைக்கலம் அளிக்க வேண்டும்' என்றார்.

யூதர்களுக்கான ஒரு யூதப் பெரும்பான்மை அரசை உருவாக்குவது என்கிற வகையில் இஸ்ரேலியர்களுக்கு 'அலியாஹ்' கோட்பாடு பொருத்தமானதாக இருக்கலாம். இந்தியாவுக்கு அது எப்படிப் பொருந்தும்? இந்தியாவுக்குப் பொருந்துகிறதோ இல்லையோ பொருத்த வேண்டும் என்பதுதான் அவர்களின் ஒரே நோக்கம். இப்படி அவர்கள் சொல்லி வருவது ஒரு பிரச்சினையாக எழுப்பப்பட்ட பின் அருண்ஜேட்லி மெதுவாக வாயைத் திறந்தார். இந்தியப் பாரம்பரியத்துக்கு உரியவர் என ஏற்றுக்கொள்ளப் படுமானால் அவர்களுக்கும் குடியுரிமை வழங்கலாம் என்றார்.

வாஜ்பேயி பிரதமராக இருந்து அமெரிக்கா சென்றபோது ஸ்லேட்டன் தீவில் அவருக்கொரு வரவேற்பை அமெரிக்க வாழ் பாஜகவினர் அளித்தனர். அப்போது அவர் சொன்னதை நாம் மறந்துவிட இயலாது. 'இப்போது நமக்கு நாடாளுமன்றத்தில்

அறுதிப் பெரும்பான்மை இல்லை. ஒரு காலத்தில் நமக்கு மூன்றில் இரண்டு பெரும்பான்மை வரும். அப்போது நாம் விரும்பிய இந்தியாவை அமைப்போம்' என்பதுதான் அது. இப்போது அவர்கள் அறுதிப் பெரும்பான்மை பெற்றுவிட்டனர். ஆனால் இன்னும் மூன்றில் இரண்டு பெரும்பான்மை பெறவில்லை. பெறும்போது அவர்கள் நிறைவேற்றப் போகும் கொள்கைகளில் ஒன்று 'அலியாஹ்' கொள்கையாக இருக்கும் என்பதில் ஐயமில்லை.

சென்ற முறை அவர்கள் ஆட்சிக்கு வந்தபோது (1999 -2004) இஸ்ரேலுடன் அரசியல் ரீதியிலும் பாதுகாப்பு நடவடிக்கை களிலும் அவர்கள் ஒத்துழைப்பை அதிகரித்த அதே நேரத்தில் இன்னொரு பக்கம் அதை அவர்கள் பெருமையாக வெளிப் படுத்திக் கொள்ளவும், கோட்பாடாக நியாயப்படுத்தவும் செய்தனர். இந்துத்துவக் கருத்தியலாளர்கள் வெளிப்படையாக 'ஹிந்து-யெஹுதி ஒற்றுமை' (Hindu-Yehudi Unity) எனும் முழக்கத்தை முன்வைக்கத் தொடங்கினர். ஜூன் 30, 2000 அன்று இந்தியன் எக்ஸ்பிரஸ் நாளிதழில் பஜ்ரங் தள் அமைப்பு நடத்திய ஒரு பயிற்சி முகாம் பற்றிய கட்டுரை வந்தது. குஜராத்தில் ஆயிரத்துக்கும் மேற்பட்ட முஸ்லிம்கள் கொல்லப்பட்டு 2000 க்கும் மேற்பட்டோர் உள்நாட்டிலேயே அகதிகளாக்கப்பட்டிருந்த தருணம் அது. 15 முதல் 21 வயதுக்குட்பட்ட இளைஞர்கள் பங்குபெற்ற அந்தப் பயிற்சி முகாம் பற்றிய அந்தக் கட்டுரைக்கு அந்த இதழ் கொடுத்த தலைப்பு 'பஜ்ரங் தள்ளின் அயோத்யா முகாமில் உள்நாட்டு தேசிய மொசாத்துகள் தயாராகிறார்கள்' என்பது. 'மொசாத்' என்பது வன்முறைகளுக்கும் படுகொலைகளுக்கும் அஞ்சாத இஸ்ரேலிய உளவுப் படை. பஜ்ரங் தள் பயிற்சியாளர்களிடம் பேசியபோது தாங்கள் இஸ்ரேல் மற்றும் மொசாத்தால் ஊக்கம் பெறுவதாகப் பலமுறை கூறினர் எனக் கட்டுரையாளர் குறிப்பிடுகிறார்.

சுற்றிலும் முஸ்லிம் நாடுகளால் சூழப்பட்ட இஸ்ரேலின் புவியியற் சூழல் தனித்துவமானதல்லவா? எப்படி அதையே நீங்கள் இங்கு பின்பற்ற முடியும் எனக் கேட்டபோது அவர்களின் தலைவர் ஒருவர் சொன்ன பதில்: 'இந்தியா இன்னும் மோசம். இஸ்ரேலுக்கு வெளியில் உள்ளவர்களால்தான் ஆபத்து. இந்தியா வுக்கோ அதன் உள்ளே வசிப்பவர்களாலேயே ஆபத்து உள்ளது.'

7

இந்துத்துவ அமைப்புகளுக்கு வந்துகுவியும் வெளிநாட்டு நிதிகள்

அமெரிக்கா போன்ற நாடுகளில் 'செட்டில்' ஆகியுள்ள, பெரும்பாலும் உயர்சாதிகளைச் சேர்ந்த இந்தியர்களின் 'தொலைதூரத் தேசிய' உணர்வு பற்றி இந்தத் தொடரின் தொடக்கத்தில் குறிப்பிட்டு இருந்தேன். இவர்கள் தமது இந்தத் தேசியத்தைச் சும்மா அவ்வப்போது பேசியும், முகநூல் போன்றவற்றில் எழுதியும் தீர்ப்பதோடு நிறுத்திவிடுவதில்லை. அவர்களின் செயல்பாடு களை ஒரு அகன்ற நோக்கில் இவ்வாறு பிரிக்கலாம்:

1. இந்தியாவில் செயல்படும் இந்துத்துவ அமைப்புகளுக்கு இணையாக தாம் பணி செய்யும் நாடுகளில் அமைப்புகளை உருவாக்குவது, 'சாகா'க்கள் உட்பட அமைப்புச் செயற்பாடு களை மேற்கொள்வது, குழந்தைகளுக்குக் கலாச்சாரப் பயிற்சி என்னும் பெயரில் இந்துத்துவ பால பாடம் புகட்டுவது, இந்தியாவில் இவர்கள் செய்துவரும் வலதுசாரி/ இந்துத்துவச் செயல்பாடுகளுக்கு ஆதரவாகக் கருத்துப் பிரச்சாரம் செய்வது, முதலியன.

2. பெரிய அளவு நிதி திரட்டி இந்தியாவிலுள்ள இந்துத்துவ அமைப்புகளுக்கு அனுப்புவது.

3. தமது கருத்துகள் மற்றும் நோக்கங்களுடன் முற்றிலும் எல்லாவகைகளிலும் ஒத்துப்போகிற சியோனிச அமைப்பு களுடன் இரண்டற இணைந்து அமெரிக்க அரசியல்வாதிகள் மத்தியில் பாஜகவின் அரசியலுக்கும் செயற்பாடுகளுக்கும் ஆதரவாக 'லாபியிங்' (lobbying) செய்வது, அதாவது கருத்துரு வாக்கி ஆதரவு திரட்டுவது

‘பாஜகவின் கடல் கடந்த நண்பர்கள்’ (Overseas Friends of BJP), ‘ஹிந்து ஸ்வயம் சேவக் சங்’ (HSS), ‘அமெரிக்க விசுவ இந்து பரிஷத்’ முதலான இத்தகைய இவர்களின் அமைப்புகள் குறித்து நான் 20 ஆண்டுகளுக்கு முன்பே எழுதியுள்ளேன். இவையும், இவை போன்ற வேறு சில அமைப்புகளும் அமெரிக்காவில் பெரிய அளவில் நிதி திரட்டி இந்தியாவிலும், வேறு சில பிற நாடுகளிலும் உள்ள சங் பரிவார வன்முறை அமைப்புகளுக்குப் பெருந் தொகைகளை அனுப்பிவருகின்றன. இது பற்றி ‘தென் ஆசிய குடிமக்கள் தளம்’ (South Asia Citizens Web - SACW) சமீபத்தில் வெளியிட்டுள்ள ஓர் அறிக்கையிலிருந்து சில செய்தி களை இப்போது பார்ப்போம். அதற்குமுன் ஒரு நினைவூட்டல். மோடி அரசு பதவி ஏற்ற கையோடு உடனடியாகச் செய்த வேலைகளில் ஒன்று இந்துத்துவ அமைப்புகளின் வன்முறைகளை இதுகாறும் தோலுரித்துக்கொண்டிருந்த பல்வேறு தொண்டு நிறுவனங்களையும் முடக்கியதுதான். மோடியின் குஜராத் கொடூரங்களை வெளிக்கொணர்ந்த டீஸ்டா செடல்வாட் போன்றோர் மீது இந்த அடிப்படையில் வழக்குகளைத் தொடுத்து அவர்களைச் சொல்லொணாத் துயர்களுக்கும் ஆளாக்கியது மோடி அரசு. ‘கிரீன் பீஸ்’. ‘ஆம்னெஸ்டி இன்டெர்னேஷனல்’, ‘ஆக்‌ஷன் எய்ட்’ போன்ற தொண்டு நிறுவனங்கள் பெற்றுவரும் தொகைகளால் இந்தியப் பொருளாதார வளர்ச்சி 2 முதல் 3 சதம்வரை குறைந்து உள்ளதாக மோடி அரசு குற்றம் சாட்டியதும் நினைவிருக்கலாம். இந்தச் சூழலில்தான் இங்குள்ள இந்துத்துவ வன்முறை அமைப்பு களுக்கு ஆண்டுதோறும் எவ்வளவு வெளிநாட்டு நிதிகள் வந்து குவிகின்றன என்கிற இந்த அறிக்கை வெளிவந்தது.

‘அமெரிக்காவில் செயல்படும் இந்து தேசியம்: லாப நோக் கில்லாமல் செயல்படும் குழுக்கள் பற்றிய ஒரு அறிக்கை’ என்பது இதன் தலைப்பு. ‘லாப நோக்கில்லாத குழுக்கள்’ (Non profit groups) என்பது சட்டபூர்வமான ஒரு வாசகம். மற்றபடி இவர்கள் பல்வேறு கொடூரமான நோக்கங்களை உடையவர்கள் என்பது ஊரறிந்த இரகசியம். அமெரிக்க விசுவ இந்து பரிஷத், அமெரிக்க ஆர்எஸ்எஸ் எல்லாம் இத்தகைய ‘லாப நோக்கில்லாத’ குழுக்களில் அடக்கம்.

பெரும்பாலும் இந்த அமைப்புகள் அனைத்தும் தம்மை வரி விலக்கு பெற்ற அற நிறுவனங்களாக அமெரிக்காவில் பதிவு

செய்துள்ளன. அதிகாரபூர்வமான வரி வசூல் ஆவணங்களிலிருந்து இவர்கள் எவ்வளவு தொகைகளுக்கு வரிவிலக்கு பெற்றுள்ளனர், அந்தத் தொகைகளை அவர்கள் எவ்வாறு பயன்படுத்தியுள்ளனர் என இங்கே தொகுக்கப்பட்டுள்ளது. அமெரிக்காவில் வசூலிக்கப் பட்ட ஏராளமான தொகைகளும் இந்தியாவிலும் வேறு சில நாடுகளிலும் செயல்படும் இந்துத்துவ அமைப்புகளுக்குப் பிரித்தனுப்பப்பட்டுள்ளன. இனி விவரங்களைப் பார்ப்போம்.

1. ஹிந்து ஸ்வயம் சேவக் சங் மற்றும் அமெரிக்க விசுவ இந்து பரிஷத் (விஇப).

ஆர்எஸ்எஸ், விஇப ஆகியவற்றின் அமெரிக்க அமைப்புகளான இவை இரண்டும் வரிவிலக்கு அளிக்கப்பட்டுள்ள அமைப்புகள். முன்னது 1989இலிருந்தும், பின்னது 1970இலிருந்தும் செயல்பட்டு வருகின்றன. குழந்தைகள், இளைஞர்கள், குடும்பத்தவர்கள் ஆகிய எல்லோருக்கும் தனித்தனியே இந்துப் பண்பாடு, இந்து அடையாளம் ஆகியவை குறித்த பயிற்சிகளை இவை அளிக்கின்றன. அவற்றினூடாக அவை எத்தகைய அரசியலையும் 'தேசபக்தி' யையும் பயிற்சியாளர்களுக்கு ஊட்டும் என்பதை விளக்க வேண்டியதில்லை.

2002 -2012 என்கிற பத்தாண்டுகளில் ஹிந்து ஸ்வயம்சேவக் சங் 1.4 மில்லியன் டாலர்கள் செலவில் இளைஞர்கள் மற்றும் குடும்பத் தினருக்கான பயிற்சி முகாம்களை நடத்தியுள்ளது. இதே காரணத்திற்காக இதே காலகட்டத்தில் அமெரிக்க விசுவ இந்து பரிஷத் 1 மில்லியன் டாலர் தொகையைச் செலவிட்டுள்ளது.

ஹிந்து ஸ்வயம் சேவக் சங் வாரந்தோறும் குழந்தைகளுக்கு 'பாலகோகுலம்' வகுப்புகள் நடத்துகின்றன. யோகா, மதிப்பீட்டுக் கல்வி, காவிக்கொடி வணக்கம் ஆகியன இந்த வகுப்புகளில் பயிற்றுவிக்கப்படுகின்றன. இந்த வகுப்புகள் அனைத்தும் அமெரிக்கா முழுவதும் 140 ஷாகாக்களில் (கிளைகளில்) நடத்தப்படுகின்றன.

2. இந்திய வளர்ச்சி மற்றும் நிவாரண நிதி, மேரிலான்ட், அமெரிக்கா

1994-2000 காலகட்டத்தில் இந்த நிதியின் 50 சதப் பங்கு இந்தியாவில் செயல்படும் சங்கப் பரிவார அமைப்புகளுக்கு வினியோகிக்கப்

பட்டுள்ளன. 2002-2012 ஆகிய பத்தாண்டுகளில் மட்டும் 17.3 மில்லியன் டாலர் தொகை இந்தியாவிலுள்ள இத்தகைய அமைப்பு களுக்குப் பிரித்தளிக்கப்பட்டுள்ளன. 'அகில பாரதீய வனவாசி கல்யாண் ஆஸ்ரமம்', 'ஏகல் வித்யாலயா ஃபௌன்டேஷன் ஆஃப் இந்தியா', 'பரம் சக்தி பீடம்', 'சேவா இன்டெர்னேஷனல்' முதலானவை இவற்றில் அடக்கம். இவற்றில் பல பழங்குடி மக்கள் மத்தியில் செயல்படுபவை என்பது குறிப்பிடத்தக்கது.

இந்த அமைப்பு 2007இல் இந்தியாவில் செயல்படும் 56 சங்கப் பரிவார அமைப்புகளுக்கு அளித்த மொத்த தொகை 1,483,445 டாலர்கள்.

2008இல் 43 அமைப்புகளுக்கு அளித்த தொகை 1,255,960 டாலர்கள்.

2009இல் 41 அமைப்புகளுக்கு அளித்த தொகை 2,473,252 டாலர்கள்.

2010இல் 50 அமைப்புகளுக்கு அளித்த தொகை 1,864,075 டாலர்கள்

2011இல் அளித்த தொகை 1,039,780 டாலர்கள் (அமைப்பு விவரங்கள் இல்லை)

2012இல் 33 அமைப்புகளுக்கு அளித்த தொகை 1,086,600 டாலர்கள்

இந்தத் தொகைகள் அளிக்கப்பட்ட அமைப்புகள் சிலவற்றின் பெயர்கள்:

மகாராஜா அக்ரசன் சிக்ஷா சமிதி, (ஆக்ரா); விவேகாநந்தா யோக அனுசந்தான சம்ஸ்தானா, பெங்களூரு, (கர்நாடகம்); அகில் பாரதீய வன்வாசி கல்யாண் ஆஷ்ரமம், ஜஷ்பூர்நகர், (சட்டிஸ்கர்); சஹஜ் சேவா சமஸ்தான், ஹைதராபாத் (ஆந்திரம்); ஏகல் வித்யாலயா ஃபௌன்டேஷன் ஆஃப் இந்தியா, (டெல்லி); ராஜேஷ் கங்காதர் படேல் சாரிடபிள் ட்ரஸ்ட், (குஜராத்); பாரத் கல்யாண் ப்ரதிஷ்தான் (டெல்லி); பரம் சக்தி பீடம் (டெல்லி); சேவா இன்டெர்னேஷனல் (டெல்லி); மகாராஜா அக்ரசென் டெக்னிகல் எஜுகேஷன் சொசைட்டி (ஹிமாசல் பிரதேஷ்); சமர்த் சாரிடபிள் ட்ரஸ்ட், (குஜராத்) முதலியன.

இவை சில அமைப்புகளின் பெயர்கள் மட்டும். ஒவ்வொன்றுக்கும் ஒவ்வொரு ஆண்டும் கொடுக்கப்பட்ட தொகைகளின் விவரங்கள் உள்ளன.

8

இரக்கத்தைத் தூண்டி திரட்டிய பணம் இந்துத்துவ அமைப்புகளுக்கு வினியோகம்

இந்துத்துவ அமைப்புகள் அவை தோன்றிய காலத்திலிருந்தே ஒருவகையான 'உலகளாவிய' தன்மையுடன் செயல்படுகின்றன என்றேன். உலக அளவில் மக்களைப் பிளவுறுத்தி வன்முறையை விதைக்கும் பாசிச/இனவாத/சியோனிச அமைப்புகளுடன் இணைந்து நெருக்கமாகச் செயல்படுவது என்பது இதன் ஒரு அம்சம் எனில் இதன் இன்னொரு அம்சம் தங்களை ஏழை எளிய இந்தியர்கள் மத்தியில் அறப்பணி செய்யும் இயக்கங்களாக வெளிநாட்டு மக்கள்முன் காட்டிக்கொண்டு, இரக்க குணமும் அற உணர்வும் கொண்ட மேலை நாட்டு மக்களிடமிருந்து பெரிய அளவில் நிதி வசூலிப்பது. இவ்வாறு பாதிக்கப்பட்ட மக்களுக்கு நிவாரணம் அளிக்க எனச் சொல்லி வசூலித்த பணத்தை அவர்கள் அதற்குப் பயன்படுத்துவதில்லை. மாறாக. இந்தியாவிலிருந்து செயல்படும் இந்துத்துவ அமைப்புகளுக்கு அதைப் பிரித்து அளிக்கின்றனர். இவ்வாறு நிதி பகிர்ந்தளிக்கப்படும் அமைப்பு களில் சில இந்திய மண்ணில் நேரடியான வன்முறைச் செயல்பாடு களில் ஈடுபடுவன என்பது குறிப்பிடத்தக்கது. இந்த அமைப்பு களின் ஊடாக ஏதேனும் சிற்சில நிவாரணப் பணிகளை அவர்கள் செய்தாலும் அதை இந்த வன்முறை அமைப்புகள் தாங்களே செய்வது போலக் காட்டித் தம் வன்முறைச் செயல்பாடுகளுக்கு ஒரு முகமூடியாய் அவற்றைப் பயன்படுத்துகின்றனர்.

இந்திய மண்ணில் ஏதாவது பூகம்பம், பெரு வெள்ளம், புயல்.. எனப் பிரளயங்கள் ஏற்பட்டு, பெரிய அளவில் உயிர்ச் சேதங்களும் பொருட் சேதங்களும் ஏற்பட்டால் இவர்கள் உடனே நிதி

சேகரிக்கக் களத்தில் இறங்கிவிடுவார்கள். இந்த நிதி எப்படிப் பிரித்தளிக்கப்படுகிறது, இவை யாருக்குப் போய்ச் சேருகின்றன என்பதெல்லாம் கொடை அளித்த நல் மனங்களுக்குத் தெரியாது. பாதிக்கப்பட்ட மக்களுக்குப் போய்ச் சேரும் என அவர்கள் நம்பிக் கொண்டிருப்பர்.

அமெரிக்காவிலிருந்து செயல்பட்டு வரும் 'லாப நோக்கில்லாத குழுக்களின்' செயல்பாடுகள் குறித்து இதுவரை பார்த்தோம். இனி பிரிட்டனில் இருந்து சில தகவல்களைப் பார்க்கலாம். 1998 -2004 கால கட்டத்தில் இங்கு வாஜ்பேயி தலைமையில் தேசிய ஜனநாயகக் கூட்டணி அரசு (NDA 1) செயல்பட்டதை அறிவோம். இக்காலகட்டத்தில்தான் (2002) குஜராத்தில் மிகப்பெரிய வன்முறைகள் அரங்கேறின என்பதையும் அறிவோம். இது நடந்த இரண்டாம் ஆண்டு நிறைவிற்குச் சற்று முன்பாக, பிப்ரவரி 26, 2004 அன்று 'ஆவாஸ்' எனச் சுருக்கமாக அழைக்கப்படும் 'தென் ஆசியக் கண்காணிப்பு நிறுவனம்' (Awaaz - South Asia Watch Ltd) எனும் மதச்சார்பற்ற அமைப்பு வெளியிட்ட அறிக்கை ஒன்று பிரிட்டிஷ் நாடாளுமன்றத்தில் (House of Lords) தாக்கல் செய்யப் பட்டது. அதில், 'பிரிட்டிஷ் பொதுமக்கள் மனிதாய நோக்கில் தந்த ஏராளமான நிதி சங்கப் பரிவாரங்களுக்கு அளிக்கப்பட்டது' என்கிற குற்றச்சாட்டு ஆதாரங்களோடு முன்வைக்கப்பட்டது.

'பிரிட்டிஷ் மக்களின் இரக்கமும் இந்துத் தீவிரவாதமும்' (In Bad Faith? British Charity and Hindu Extremism) என்கிற தலைப்பில் அமைந்த அந்த அறிக்கை,

> பிரிட்டனில் உள்ள ஆர்எஸ்எஸ் அமைப்பின் கிளை, ஒடிஷா பெரும்புயல் (1999) மற்றும் குஜராத் பூகம்பம் (2001) ஆகிய இயற்கைப் பேரழிவுகளின் பெயரால் பிரிட்டிஷ் மக்களின் இரக்கத்தைத் தூண்டித் திரட்டிய நிதி அனைத்தும் பாதிக்கப் பட்ட மக்களுக்குப் போகாமல் சங்கப் பரிவார அமைப்பு களுக்கே போய்ச் சேர்ந்தன,

என்பதை வெளிப்படுத்தியது. அவ்வாறு பகிர்ந்தளிக்கப்பட்ட அமைப்புகளில் சிறுபான்மை மக்களுக்கு எதிராக வன்முறையை மேற்கொள்ளும் அமைப்புகள் அடக்கம் என்பதையும் சுட்டிக் காட்டியது.

‘மனித நேய உதவி என்கிற பெயரால் கடல் கடந்த நாடுகளில் திரட்டப்பட்ட நிதி இவ்வாறு இந்துத்துவ வலைப்பின்னலுக்குப் பிரித்தளிக்கப்பட்டதற்கும், இந்த மாநிலங்களில் வெறுப்பும் வன்முறைகளும் சமீப காலங்களில் அதிகரித்துள்ளதற்குமான தொடர்பு எதேச்சையானது என நாங்கள் நினைக்கவில்லை’ என அந்த அறிக்கை மேலும் குறிப்பிட்டது.

பூகம்ப நிவாரணத்திற்கெனத் திரட்டப்பட்ட நிதி குஜராத் சங்கப் பரிவாரங்களுக்கு 2001இல் பிரித்தளிக்கப்பட்டது. அடுத்த ஓராண்டில், 2002இல், அங்கு 2000 முஸ்லிம்கள் கொல்லப் பட்டனர்; 2,00,000 பேர் உள்நாட்டிலேயே அகதிகளாக்கப்பட்டனர். 1999இல் குஜராத் பெரும்புயல் அழிவுக்கெனத் திரட்டப்பட்ட நிதி அங்குள்ள இந்துத்துவ அமைப்புகளுக்கு வினியோகிக்கப்பட்டது என்றால் அதே ஆண்டில்தான் அங்கு எளிய மக்கள் மத்தியில் தொழுநோய் சிகிச்சை செய்துகொண்டிருந்த மருத்துவர் ஸ்டெய்ன்சும் அவரது இரு பிள்ளைகளும் பஜ்ரங் தள் அமைப்பைச் சேர்ந்த தாராசிங் கும்பலால் உயிருடன் எரித்துக் கொல்லப் பட்டனர். தொடர்ந்து அங்கு ஊதி ஊதி வளர்க்கப்பட்ட வெறுப்பு 2007இல் கந்தமால் மலைப் பகுதியில் ஒடுக்கப்பட்ட கிறிஸ்தவ மக்களின் மீது பெருந்தாக்குதலாய் விடிந்தது.

‘ஆவாஸ்’ அறிக்கை இதுகுறித்து மேலும் சொல்வது: பிரிட்டனிலிருந்து செயல்படும் ‘சேவா இன்டெர்னேஷனல்’ அமைப்பு குஜராத் பூகம்பத்திற்கெனத் திரட்டப்பட்ட 2 மில்லியன் பவுண்ட் நிதியை இந்தியாவில் இருக்கும் அதன் தாய் அமைப் பான ‘சேவா பாரதி’க்கு அனுப்பியது. சங்கப் பரிவாரங்களில் தானும் ஒன்று எனச் சொல்லிக்கொள்வதற்கும், ஆர்எஸ்எஸ்ஸைத் தன் ‘குரு’வாக முன்வைப்பதற்கும் தயங்காத ஒரு அமைப்பு இது. இவ்வாறு அதற்கு வந்து சேர்ந்த பூகம்ப நிதியை சேவா பாரதி தான் நடத்தும் பள்ளிகளுக்குப் பகிர்ந்தளித்தது. பாதிக்கப்பட்ட மக்களுக்கெனத் திரட்டப்பட்ட அந்த நிதி அவர்களுக்குப் போய்ச் சேரவில்லை என்பது ஒரு பக்கம். இன்னொரு பக்கம் அந்த நிதி சின்னக் குழந்தைகள் மனதில் சிறுபான்மை மக்கள் மீது வெறுப்பை விதைக்கும் அரசியலுக்குத் திருப்பிவிடப்பட்டது. இது மட்டுமின்றி ஆதிவாசிகள் மத்தியில் செயல்பட்டு அவர் களைச் சிறுபான்மை மக்களுக்கு எதிராகத் திருப்பும் ‘வனவாசி

கல்யாண் ஆஸ்ரமம்' எனும் அமைப்புக்கும் நிவாரண நிதிகள் பிரித்தளிக்கப்பட்டதையும் ஆவாஸ் அறிக்கை சுட்டிக் காட்டியது.

'பாசிசத்தை முன்மாதிரியாகக்கொண்டு உருவாக்கப்பட்ட தீவிரவாத அமைப்பான ஆர்எஸ்எஸ்ஸுடன் நெருக்கமாக உள்ள ஒரு அமைப்புதான் இப்படி பூகம்பத்தின் பெயரைச் சொல்லி நிதி திரட்டியது என்பதையும் அதன் வரலாற்றையும் கொள்கைகளையும் நிதி அளித்த மக்கள் அறிந்திருப்பார்களேயானால் அச்சத்திலும் வெறுப்பிலும் உறைந்திருப்பர்' என்கிறது 'ஆவாஸ்' அறிக்கை.

இப்படிப் பொய் சொல்லி வேடமிட்டு நிதி திரட்டும் 'சேவா இன்டெர்னேஷனல்' அமைப்பு ஒரு 'அறக்கொடை' நிறுவன மாகத் (charity) தன்னைப் பதிந்துகொள்ளவில்லை. இந்திய ஆர்எஸ்எஸ்ஸின் பிரிட்டிஷ் கிளையான 'ஹிந்து ஸ்வயம் சேவக் சங் (UK)' மற்றும் 'விஸ்வ ஹிந்து பரிஷத் (UK)' 'கல்யாண் ஆஸ்ரம் ட்ரஸ்ட் (UK)' என்கிற பதிவு செய்யப்பட்ட நிறுவனங்களின் நிதி சேகரிப்புக் கிளையாக சேவா இன்டெர்னேஷனல் செயல்பட்டு வருகிறது. இந்த அமைப்புகளுக்கிடையேயான இரகசிய மற்றும் வெளிப்படையான உறவுகளையும் இவை இந்தியாவில் மேற்கொண்டு வரும் வன்முறைச் செயல்பாடுகளையும் ஆவாஸ் அமைப்பின் 'பேச்சாளர்' (spokesperson) சுரேஷ் குரோவெர் பத்திரிகைகளில் தொடர்ந்து அம்பலப்படுத்தி வருகிறார்.

2015 டிசம்பரில் நரேந்திர மோடி பிரிட்டனுக்குச் சென்றபோது இந்த 'ஹிந்து ஸ்வயம் சேவக் சங்' மற்றும் 'பாஜகவின் கடல் கடந்த நண்பர்கள்' முதலான மேற்கூறிய அமைப்புகள் 70,000 இந்தியர் களைத் திரட்டி மோடிக்கு 'மெகா' வரவேற்பு ஒன்றை நடத்தத் திட்டமிட்டன. இதற்கு எதிராக ஆவாஸ் அமைப்பு 'மோடி திரும்பிப் போ' (Modi Not Welcome) என்றொரு பிரச்சாரத்தை மேற்கொண்டது. மோடியின் வருகையை எதிர்த்துப் பெரிய அளவில் ஆர்ப்பாட்டங்கள் நடத்தப்பட்டன. மோடி பிரிட்டிஷ் நாடாளுமன்றத்தில் உரையாற்ற இருந்ததை ஒட்டி நாடாளுமன்றத் திற்கு வெளியே ஆவாஸ் அமைப்பு எழுப்பியிருந்த மிகப் பெரிய விளம்பர வரைவு இந்துத்துவத்தின் 'ஓம்' எனும் குறி கரைந்து பாசிசத்தின் 'ஸ்வஸ்திகா'வாக உருப்பெறுவதாக அமைந்து அனைவரின் கவனத்தையும் ஈர்த்தது.

9

'டயஸ்போரா குற்ற உணர்வு' என்பதன் இன்னொரு பக்கம் இஸ்லாமிய வெறுப்பு

வளமிக்க நாடுகளில் கடல்கடந்து வாழும் இந்த உயர்சாதி இந்துக்கள் மனதில் திரண்டு உருவாகிவரும் ஒரு வகையான 'டயஸ்போரா குற்ற உணர்வு'ச் (diasporic guilt) சிக்கல் குறித்து இந்தத் தொடரின் தொடக்கத்திலேயே குறிப்பிட்டேன். இந்த நாடுகளில் எந்நாளும் தம்மை ஒரு மூன்றாம் உலக நாட்டு அந்நியராகவே உணரும் இவர்கள், எக்காரணம் கொண்டும் மனைவி, பிள்ளைகள் ஆகியோருடன் இந்த மேலைச் சுகங்களை விட்டுவிட்டு அகல இயலாத நிலையில் அவர்கள் உள்ளத்தில் வீங்கும் ஒரு சீழ்க்கட்டியாய் வெளிப்படுகிறது இந்தக் குற்ற உணர்வு. இந்தச் சீழ்க்கட்டி அவர்களுக்கு அளிக்கும் தீராத தொல்லைக்கு ஓர் ஆறுதலாக மேற்கொள்ளும் நடவடிக்கைகளாகத் தான் அவர்களின் இந்தச் செயல்பாடுகள் அமைகின்றன.

சொந்த நாட்டில் இவர்கள் இந்துக் கலாச்சாரத்தின் சுகங்களையும் வருணப் பாதுகாப்புகளையும் அனுபவித்தவர்கள். ஆம். வருணம், சாதி என்பனவெல்லாம் வெறும் பெருமைகள் மட்டுமல்ல. அவை அவர்களுக்கு மற்றவர்களுக்கு எதிராக ஒரு பாதுகாப்பையும் அளிக்கிறது. மணிமேகலைக் காப்பியத்தில் சாத்தனார் இதைக் குறிப்பிடுவார். காம வேட்கையுடன் தன்னை அணுகும் இளவரசன் உதயகுமாரனை மணிமேகலை புறக்கணித்து ஒதுங்கும்போது, 'ஒரு தாசி குலத்தில் பிறந்தவள். வருணப் பாதுகாப்பும் இல்லாதவள். இவளுக்கு இத்தனை திமிரா? இவளது பாட்டியை அணுகி இவளை நான் அடைவேன்' என அவன் சூளுரைப்பான். வருணமும் சாதியும் இந்த அடுக்குகளில் மேலே இருப்பவர் களுக்குப் பாதுகாப்பை அளிக்கின்றன. அந்தப் பாதுகாப்பைச்

சுகித்துப் பெருமைகொண்டவர்கள் அவற்றை இந்தப் புலப் பெயர்வின் ஊடாக இழக்கும்போது கொள்ளும் ஒரு தவிப்பின் விளைவாக உருவாவதுதான் இந்த டயஸ்போரிக் ஏக்கம்.

தங்களின் அந்த இழந்துபோன கலாச்சாரம் குறித்த பெருமையும், மீண்டும் அங்கு திரும்பிப் போக மனம் விரும்பாமையால் உருவாகி வெடிக்கும் இந்தக் குற்ற உணர்வும் கலந்த ஒரு வகையான மனச் சிக்கலை உடைய இவர்கள் தங்களுக்குள் கட்டமைக்கும் 'இந்து' உணர்வு என்பது இந்து மதத்தில் இருக்கக் கூடிய சில தாராளவாதப் போக்குகளை எல்லாம் முரட்டுத்தனமாக ஒதுக்கிய ஒன்று. மிகவும் இறுக்கமான, இந்து மதத்தின் ஆகப் பிற்போக்கான பார்ப்பனியக் கூறுகளைக்கொண்டு இவர்கள் உருவாக்கிக்கொள்ளும் இந்து அடையாளம் என்பது இவர்களை இங்கு மிகத் தீவிரமாகச் செயல்பட்டு வருகிற கடல் கடந்த இந்துத்துவ அமைப்புகளுக்குக் கொண்டு சேர்க்கிறது.

இவர்கள் மிகத் தீவிரமாகத் தம் குழந்தைகளுக்குப் புகட்டும் இந்து மதம் என்பதில் சாதீயத்திற்கும், தீண்டாமைக்கும் எதிராக அதனுள்ளும், வெளியிலிருந்தும் நடந்த போராட்டங்கள் குறித்த வரலாற்றுக்கெல்லாம் இடமில்லை. குறைந்தபட்சம் ராஜாராம் மோகன்ராய் போன்றோர் கடந்த நூற்றாண்டுகளில் மேற்கொண்ட சீர்திருத்தங்களுக்கும்கூட அதில் இடமில்லை. பவுத்தம், சமணம், ஆஜீவகம் ஆகிய சிந்தனை மரபுகள் முன்வைத்த வளமான பண்பாட்டு இடையீடுகளுக்கும் இடமில்லை. மாறாக அவர்கள் கருத்தில் கொள்ளும் இந்துமதம் என்பது பாரம்பரியம் மிக்க தமது மதம் இடைக் காலத்தில் முஸ்லிம் மற்றும் ஆங்கிலப் படை எடுப்புகளாலும் ஆட்சிகளாலும் 'சீரழிக்கப்பட்டது' என்கிற அடிப்படையிலேயே அமைகிறது. அத்தகைய கதையாடல்களால் நிரப்பப்பட்டதாகவே அவர்களின் இந்துமதம் அமைகிறது. தங்கள் பிள்ளைகளுக்கும் அவர்கள் இந்த முஸ்லிம் வெறுப்பை நுணுக்க மாகப் புகட்டுகின்றனர்.

மிகவும் நவீனமான மேலைச் சூழலில் வாழும் இவர்கள் இந்த நவீன வாழ்க்கையையும் இவர்கள் உருவாக்கிக்கொள்ளும் பழம் பிசுக்குகள் நிறைந்த கலாச்சாரப் பாரம்பரியத்தையும் எவ்வாறு இணைத்துக்கொள்கின்றனர்? டயஸ்போரா உலகில் நிலவும் 'கார்பொரேட்' கலாச்சாரம், கார்பொரேட் பணி அறம் (corporate work ethics), பொருளாதாரத்திலும், இராணுவரீதியாகவும் வலிமையான, 'பாதுகாப்பான' நாட்டை உருவாக்குதல் முதலான நவீன அமெரிக்க லட்சியங்களுடனும் முழக்கங்களுடனும் அவர்கள் இயல்பாகப் பொருந்திப் போகின்றனர். அவற்றையே உன்னத லட்சியங்களாகத் தம் பிள்ளைகளுக்கும் பயிற்றுவிக்கின்றனர்.

இந்த வகையில் மேலை மண்ணும், குறிப்பாக அமெரிக்காவும் அங்கு இதேபோன்ற நோக்கங்களுடனும் செயல்படும் சியோனிச அமைப்புகளும் மிகவும் தோதான களமாகவும் கூட்டாளிகளாகவும் இவர்களுக்கு அமைந்துவிடுகின்றன.

குழந்தைகளுக்கு இவர்கள் இந்துமதத்தை அறிமுகப் படுத்துவது இப்படித்தான்: 'இந்துமதம் மிகவும் சகிப்புத் தன்மையுடைய ஒன்று. மதமாற்றம் என்பதை அது ஏற்பதில்லை. அதனாலேயே அது கடந்த நூற்றாண்டுகளில் தாழ்வைச் சந்தித் துள்ளது. அதேபோன்று மதமாற்றம் முதலானவற்றில் ஆர்வமற்ற தாகவும், கடந்த காலங்களில் மிகப் பெரிய அளவில் இழப்பு களையும் பின்னடைவுகளையும் சந்தித்ததாகவும் உள்ள மதம் யூதமதம்தான். சமகாலத்தில் இஸ்லாம்தான் இந்த இரு மதங்களுக்கும் ஆபத்தாக உள்ளது. அதே போல செப்டம்பர் 11, 2001க்குப் பிறகு இந்த இஸ்லாமிய பயங்கரவாதத்தால் பாதிக்கப் பட்ட இன்னொரு நாடு அமெரிக்கா. எனவே இந்துக்கள், யூதர்கள், அமெரிக்கர்கள் ஒரு இயற்கைக் கூட்டணியாக அமைகின்றனர்' — என்கிற ரீதியில் இது அமைகிறது.

சுருக்கமாகச் சொல்வதானால் இஸ்லாமிய வெறுப்பு (islamo phobia) என்பதே அவர்களின் இந்தப் புதிய கூட்டணிக்கான அடிப்படையாக அமைகின்றது. வெறுப்பு அரசியல் என்பது எந்தத் தர்க்கபூர்வமான நியாயங்களையும் முன்வைப்பதில்லை. இன்றைய இந்தியாவில் இஸ்லாம் எப்படி இந்துமதத்திற்கு ஆபத்தாக உள்ளது என்கிற கேள்விக்கு அவர்கள் அளிக்கும் பதில், 'இஸ்லாம் உலக அளவில் ஆபத்தாக உள்ளது. இந்தியாவிலும் அவர்கள் பயங்கரவாதத்தில் இறங்குகின்றனர். அருகிலுள்ள பாகிஸ்தான் அதற்கு உதவுகிறது..' என்பதைப் போன்ற மட்டையடி வாதங்கள் தான். வெறுப்பு அரசியலுக்கு இவையே போதுமானவையாக அமைகின்றன.

இவ்வாறு உருவாகும் டயஸ்போரா குற்ற உணர்வை இந்தியாவில் ஆர்எஸ்எஸ் இயக்கத்தினால் இயக்கப்படும் பல்வேறு கடல்கடந்த அமைப்புகள் மிக லாவகமாகப் பயன்படுத்திக்கொள்கின்றன. அவர்களைக் கொண்டு நிதி திரட்டுதல், கருத்துப் பிரச்சாரம் செய்தல், சியோனிசத்துடன் உறவை வளர்த்துக்கொள்ளுதல் ஆகியவற்றைச் சாத்தியமாக்கிக்கொள்கின்றன.

'ஹிந்து அமெரிகன் ஃபவுன்டேஷன்' (HAF), 'இந்திய வளர்ச்சி நிவாரண நிதியம்' (India Development relief Fund- IDRF). 'ஹிந்து ஸ்டூடன்ட்ஸ் கவுன்சில்' (HSC) முதலானவை இப்படி இயங்கும் அமைப்புகளில் சில. தங்களுக்கு இந்தியாவிலுள்ள ஆர்எஸ்எஸ்ஸின் கிளை அமைப்புகளுடன் எந்தத் தொடர்பும் இல்லை எனச் சொல்லிக்கொண்டு இவை அங்கு இயங்குகின்றன. பண்பாட்டு வகுப்புக்கள், வரலாற்றுக் கல்வி, கல்வி வளாகங்களில் ஹோலிப் பண்டிகைக் கொண்டாட்டங்கள் ஆகியவற்றின் பெயரால் இஸ்லாமிய வெறுப்புப் பிரச்சாரங்களை மேற்கொள்ளுதல், நிவாரணம் என்கிற பெயரில் நிதி திரட்டி இந்திய சங்கப் பரிவார அமைப்புகளுக்கு அனுப்புதல் முதலியவற்றை இவை செய்து வருகின்றன.

இவர்களின் இந்தத் தில்லுமுல்லுகளை அம்பலப்படுத்துகிற மதச்சார்பற்ற இந்திய இயக்கங்கள் சிலவும் அங்கு உள்ளன. அவை அவ்வப்போது இவர்களின் ஆபத்தான இந்தத் தில்லு முல்லுகளை ஆதாரபூர்வமாகத் தம் இணையதளங்களில் வெளியிடுகின்றன. 'Campaign to Stop Funding Hate (CSFH)' என்பது அப்படியான அமைப்புகளில் ஒன்று. 'வெறுப்பு அரசியலுக்கு நிதி அளிப்பதைத் தடுப்பதற்கான பிரச்சார அமைப்பு' என்பதாக இதை மொழியாக்கலாம். மேற்குறிப்பிட்ட 'இந்திய வளர்ச்சி நிவாரண நிதியம்' (IRDF) எனும் அமெரிக்க இந்து அமைப்பிற்கும் இந்திய இந்துத்துவ அமைப்புகளுக்கும் உள்ள தொடர்பைச் சென்ற நவம்பர் 2002இல் CSFH தனது இணையதளத்தில் அம்பலப் படுத்தியது. நிவாரணத்திற்கு என அமெரிக்காவில் திரட்டப்படும் நிதி இந்தியாவில் வெறுப்பையும், வன்முறையையும் தூண்டும் சங்கப் பரிவார அமைப்புகளுக்குப் பிரித்தளிக்கப்படுகிறது என்பதை அது ஆதாரங்களுடன் அம்பலப்படுத்தியபோது அவற்றை ஆர்எஸ்எஸ்ஸும் IDRFஉம் முதலில் மறுத்தன. எனினும்

தொடர்ந்து ஆதாரங்களுடன் அந்தக் குற்றச்சாட்டை CSFH வைத்தபோது வேறு வழியின்றி 2004 பிப்ரவரியில் IDRFEஉம் ஒரு இந்து அமைப்புதான், சங்கப் பரிவாரங்களுடன் தொடர்புடையது தான் என்பதை ஆர்எஸ்எஸ் ஏற்றுக்கொண்டது. IDRF திரட்டிய நிதி பெரிய அளவில் பழங்குடி இந்தியர்கள் மத்தியில் வெறுப்பை ஊட்டப் பயன்படுத்தப்பட்டது இதன்மூலம் அம்பலமானது.

10
இரட்டைக் கோபுரத் தாக்குதலும் அமெரிக்க இந்துத்துவமும்

'அமெரிக்க இந்திய அரசியல் செயல்பாட்டுக் குழு' (United States India Political Action Committee [USINPAC]) என்னும் அமைப்பு ஒன்று 2002இல் உருவாக்கப்பட்டது. www.usinpac.com என்பது அதன் இணைய முகவரி. இரட்டைக் கோபுரத் தாக்குதலுக்கு அடுத்த ஆண்டில் அமெரிக்காவில் வாழும் இந்துத்துவ ஆதரவாளர்கள் இதை அமைத்தனர். 'இஸ்லாமிய பயங்கரவாதம்' என்கிற கருத்தாக்கத்தின் அடிப்படையில் முஸ்லிம்கள்மீது வெறுப்பைக் கக்குபவர்கள் ஒன்றிணையத் தோதான காலமாக அது அமைந்தது. மிக விரைவில் இந்த அமைப்பு அமெரிக்க அரசியலில் கவனத்திற்குரிய ஒன்றாக உருப்பெற்றது. ரிச்சர்ட் லூகர், ஓரின் ஹாட்ச் (Richard Lugar and Orrin Hatch) முதலான செனட்டர்கள் மற்றும் அமெரிக்க அரசின் உயர் அதிகார மையங்களில் இருக்கும் பலருடன் விருந்துரைச் சந்திப்புகளை இந்த அமைப்பு நடத்தியது. USINPACகிற்கு இப்படியான அமெரிக்க அதிகார மையங்களுடன் இத்தனை விரைவில் தொடர்பு ஏற்படுத்தித் தந்ததில் 'அமெரிக்க - யூத குழு' (American-Jewish Committee — AJC) மற்றும் 'அமெரிக்க-இஸ்ரேல் அரசியல் செயல்பாட்டுக் குழு' (American--Israel Political Action Committee — AIPAC) எனும் இரண்டு சக்தி வாய்ந்த யூத அமைப்புகள் முக்கிய பங்கு வகித்தன.

USINPAC எனப் பரவலாக அறியப்பட்ட 'அமெரிக்க - இந்திய அரசியல் செயல்பாட்டுக்குழு' முழுக்க முழுக்க 'அமெரிக்க-இஸ்ரேல் அரசியல் செயல்பாட்டுக் குழு (AIPAC)' மற்றும் 'அமெரிக்க-யூதக் குழு (AJC) ஆகிய யூத அமைப்புகளின் அரசியல் அணுகல்முறைகளை அப்படியே ஏற்றுக்கொண்டு அதே வடிவில்

கட்டமைக்கப்பட்டது. அமெரிக்கத் தலைநகர (Capitol Hill) அரசியலில் USINPAC இயல்பாய்க் கலந்து இயங்குவதற்கு இந்த இரு யூத அமைப்புகளும் முழுமையாக உதவின. இதற்கு ஈடாக USINPAC அந்த இஸ்ரேலிய அமைப்புகளின் 'அஜெண்டா'வை அப்படியே ஏற்றுச் செயல்பட்டது. இந்த யூதக் குழுக்களின் திட்டங்களில் பல பாரம்பரியமான இந்திய அணுகல்முறை களுக்கும், அமெரிக்கவாழ் 'டயஸ்போரா' இந்தியர்களின் நலன்கள் சிலவற்றிற்கும் எதிராக இருப்பது பற்றியெல்லாம் கவலைப் படாமல் USINPAC இந்த இஸ்ரேலியக் குழுக்களின் வழிகாட்டலை அப்படியே பின்பற்றியது.

இந்த இரு யூத அமைப்புகளும் இந்திய NRI அமைப்பான USINPACஉம் இணைந்து தமது முதலாவது 'தலைநகரக் கலந்துரை யாடல் அமைப்பை' (Capitol Hill Forum) 2003 ஜூலை 16 அன்று கூட்டின. அமெரிக்காவின் பல்வேறு பகுதிகளில் இருந்தும் சுமார் 12 அமெரிக்க காங்கிரஸ் உறுப்பினர்களும் இந்திய மற்றும் இஸ்ரேல் தூதராலயங்களைச் சேர்ந்த பல முக்கிய அயலுறவு தொடர்பான அதிகாரிகளும் அதில் கலந்துகொண்டனர். இந்த உரையாடலை ஏற்பாடு செய்த இம்மூன்று அமைப்புகளையும் சேர்ந்த முக்கிய உறுப்பினர்கள் எல்லோரும் இந்தியாவும் இஸ்ரேலும் இணைந்து செயல்பட வேண்டும் என வலியுறுத்திப் பேசினர். கலந்துகொண்ட காங்கிரஸ் உறுப்பினர்களில் முக்கிய மானவர்களான டாம் லான்டோஸ், கேரி ஆகர்மன் என்கிற இருவரும் குடியரசுக் கட்சியினர். இந்தக் கூட்டமைப்பின் அடிப்படையான அம்சங்களை கேரி லான்டோஸ் தொகுத்துரைக்கும் போது, 'அறிவற்றதும், வெறித்தனமானதும் தீமையின் வடிவ மாகவும் எழுந்துள்ள இஸ்லாமிய பயங்கரவாதம் இன்று நம் எல்லோரையும் இங்கு ஒன்று சேர்த்துள்ளது. சுமார் 120 மில்லியன் முஸ்லிம்களால் இஸ்ரேல் இன்று சூழப்பட்டுள்ளது. இந்தியாவோ 120 மில்லியன் முஸ்லிம்களை (தனக்குள்ளேயே) கொண்டுள்ளது' என்றார். இதே தொனியில் அங்கு வந்திருந்த அனைவரும் தொடர்ந்து பேசினர். 'முஸ்லிம்', 'பயங்கரவாதம்' ஆகிய இரு சொற்களும் அங்கே மிகத் தாராளமாகப் பயன்படுத்தப்பட்டன. USINPACஇன் நிர்வாக இயக்குநர் பொறுப்பில் உள்ள சஞ்சை சூரி, 'பாதுகாப்பு, வர்த்தகம், தொழில்துறை ஆகியவற்றில் இந்திய-

அமெரிக்க உறவை வலுப்படுத்துவதே' தமது அமைப்பின் நோக்கம் என்றார்.

1960களுக்குப் பிறகு அமெரிக்க அரசியலில் மேலுக்கு வந்த 'நியோ கன்செர்வடிவ்'கள் (Neo Conservatives / NeoCon) பொருளாதாரத்தில் நவ-தாராளவாதப் போக்கையும் பிற நாட்டு அரசியலில் தீவிரத் தலையீட்டையும் வற்புறுத்துவோர். இதே கருத்துகளை வற்புறுத்தும் Human Events என்னும் இதழ் USINPACஐ இப்படியான ஒரு 'நியோகான்' அமைப்பாக அறிமுகம் செய்ததோடு அதை உருவாகிவரும் 'இன்னொரு புதிய உலக ஒழுங்கமைப்பின்' ஓர் அங்கம் எனப் பாராட்டியும் எழுதியது.

'புதிய உலக ஒழுங்கமைப்பு' என்பது அமெரிக்கா, ஐரோப்பிய யூனியன் மற்றும் இவை சார்ந்த அமைப்புகளைக் குறிக்கும். தற்போது உருவாகியுள்ள 'நியோகான்' அமெரிக்க-இஸ்ரேல் கூட்டணியை அந்த இதழ் 'இன்னொரு புதிய உலக ஒழுங்கமைப்பு' என்று குறிப்பிட்டதோடு, அந்த இன்னொரு புதிய உலக ஒழுங்கமைவில் இந்தியாவையும் இணைக்கும் முயற்சியாக USINPACஐ அடையாளம் காட்டியது. வழக்குரைஞரும் USINPAC இன் பாதுகாப்பு (Defence and strategic affairs) தொடர்பான குழுவின் உறுப்பினருமான ஸ்யூ கோஷ் சிக்லெட் என்பவர், 'அமெரிக்காவையும் இஸ்ரேலையும் அச்சுறுத்தும் அதே பயங்கர வாதம்தான் இந்தியாவிற்கு எதிராகவும் இயங்குகிறது' என்றார்.

இந்தியா சுதந்திரமடைந்த காலத்திலிருந்து பலஸ்தீனப் போராட்டத்தை ஆதரித்து வந்துள்ளதை அறிவோம். இரட்டைக் கோபுரத் தாக்குதலை அமெரிக்காவுக்கு எதிரான 'முஸ்லிம் பயங்கரவாத' தாக்குதலாக மட்டுமின்றி அதைப் பலஸ்தீன இயக்கங்களுடனும் முடிச்சுப் போடுவதுதான் இஸ்ரேல் லாபியின் நோக்கம். இந்தியாவின் பாரம்பரியமான பலஸ்தீன ஆதரவுக் கொள்கைக்கு எதிராக இஸ்ரேல் லாபியின் இந்த முயற்சிக்கு USINPAC இவ்வாறு துணைபோனது. 'உலக வர்த்தக மையத்தை (9/11) தாக்கியவர்கள் மட்டுமல்ல, இந்திய நாடாளுமன்றத்தின் மீது தாக்குதலை நடத்தியவர்கள், ஜெருசலேம் மற்றும் பல்வேறு இஸ்ரேலியப் பகுதிகளிலும் தாக்குதல் புரிவோர் எல்லோரும் பயங்கரவாதிகள்தான்' என்றார் சஞ்சை சூரி. இப்படி அமெரிக்க இந்திய மனத்தை எளிதாக இந்த நோக்கில் திருப்பியது USINPAC.

இரட்டைக் கோபுரத் தாக்குதலைச் சாக்காக வைத்துக்கொண்டு புஷ் நிர்வாகம் 'தேசபக்திச் சட்டம்' (Patriotic Act) என்றொரு கொடிய சட்டத்தை இயற்றியதையும் அதை அமெரிக்காவில் உள்ள மனித உரிமை அமைப்புகள் கடுமையாக எதிர்த்ததையும் அறிவோம். AJC முதலான யூத அமைப்புகள் தீவிரமாக இந்தச் சட்டத்தை ஆதரித்ததன் மூலம் ஜனநாயக உரிமைகளைக் காக்கப் போராடும் இயக்கங்களின் வெறுப்புக்கு ஆளாகின. USINPAC உம் இந்தக் கொடிய சட்டத்தை மௌனமாக ஆதரித்ததன் மூலம் தன்னை அமெரிக்க முற்போக்கு சக்திகளிடமிருந்து விலக்கி அடையாளப்படுத்திக் கொண்டது. புஷ் நிர்வாகம் இயற்றிய இந்தச் சட்டம் அமெரிக்காவாழ் வெளிநாட்டார் (immigrants) அனைவரை யும் பல்வேறு வகைகளில் பிரச்சினைகுள்ளாக்கிய நிலையில், எல்லா சிவில் உரிமை அமைப்புகளும் இதை எதிர்த்துக் கொண்டிருந்த சூழலில் புலம்பெயர்ந்த இந்திய உயர்சாதி வர்க்கம் அத்தகைய இயக்கங்களிலிருந்து தம்மை இவ்வாறு தனிமைப் படுத்திக்கொண்டது. யூத வெறியர்களுடன் இணைத்துத் தன்னைச் சுருக்கிக்கொண்டது.

9/11ஐ சாக்காக வைத்து அமெரிக்க அரசு பல்கலைக் கழகங்களின் சுதந்திரத்திலும் தலையிட்டது. கல்வித் திட்டங்கள், ஆய்வுகள், பாடத்திட்டங்கள் ஆகியவற்றை அரசின் கண்காணிப்பு வளையத்திற்குள் கொண்டு வரும் திட்டத்துடன் புஷ் நிர்வாகம் 'பன்னாட்டு உயர்கல்விச் சட்டம்' (The International Higher Education Act of 2003-HR3077) என ஒன்றைக் கொண்டுவந்த போது அமெரிக்கக் கல்வியாளர்கள் அதைக் கடுமையாக எதிர்த்தனர். ஆலோசனைக் குழு என்கிற பெயரில் பல்கலைக் கழகங்களுக்குள் கண்காணிப்புக் குழுக்களை அமைத்துப் பாடத்திட்டம், ஆய்வுத் திட்டங்கள் ஆகியவற்றில் தலையீடு செய்யும் முயற்சி சகல ஜனநாயக சக்திகளின் கண்டனத்திற்கும் உள்ளாகியது. கடந்த பல ஆண்டுகளாக தென்னாசியா குறித்த பல முக்கிய ஆய்வுகளை அமெரிக்கப் பல்கலைக்கழகங்கள் செய்துவந்துள்ளதை அறிவோம். இந்தியச் சாதிமுறை, சமூக அமைப்பு முதலானவை குறித்து மேலை ஆய்வாளர்கள் மற்றும் பல்கலைக்கழகங்கள் செய்துவரும் பங்களிப்புகள் மிக முக்கியமானவை. தேசப் பாதுகாப்பு எனும் பெயரில் இப்படியான ஆய்வுகளுக்கு முட்டுக்கட்டை போடுவது

உண்மையில் இந்திய மாணவர்கள் மற்றும் ஆய்வாளர்களுக்கு மிகப் பெரிய இழப்பு. தம் சுதந்திரத்தில் தலையிடுவதாக அமெரிக்கப் பல்கலைக்கழக நிர்வாகங்களும் இதை எதிர்த்தன. சில நிர்வாகங்கள் தங்களின் எதிர்ப்பால் அரசு மானியம் நிறுத்தப் பட்டாலும் கவலை இல்லை என அறிவித்தன.

மார்டின் கிராமர், டேனியல் பைப்ஸ் போன்ற புதிய பழமை வாதிகள் (Neo Conservatives) மட்டுமே அரசின் இம்முயற்சியை ஆதரித்தனர்.

இப்படியான ஒரு சூழலில் USINPAC அமெரிக்க அரசின் இந்தத் திட்டத்தையும் ஆதரித்தது. இத்தகைய ஆய்வுகளில் ஈடுபட்டுள்ள இந்திய மாணவர்களுக்கு ஏற்படும் இழப்புகளைப் பற்றியும் அது இம்மியும் கவலைப்படவில்லை. இந்திய சாதி அமைப்பு, மதங்கள், மொழிகள் ஆகியன குறித்த ஆய்வுகளை இந்திய ஆர்எஸ்எஸ் அமைப்பினர்களும் அவர்களது ஆதரவாளர்களும் தொடர்ந்து எதிர்த்து வருவதையும் இத்தோடு இணைத்துப் பார்க்க வேண்டும். இந்தியர்களுக்குக் கல்வியே வேண்டாம் எனச் சொன்னவர்கள் இவர்கள், சென்னை ஐஐடியில் (IIT) கலைப் பாடங்கள் (humanities), மொழியியல் முதலானவற்றை எல்லாம் சொல்லிக் கொடுக்கக்கூடாது என எழுதியவர்கள் இவர்கள் என்பதை எல்லாம் நாம் மறந்துவிடக்கூடாது.

11

இன்டெர்நெட் இந்துத்துவத்தின் யூத பயங்கரவாதத் தொடர்புகள்

யூத அமைப்புகளின் வழிகாட்டலில் இயங்கி இந்தியா + இஸ்ரேல் + அமெரிக்கா = முஸ்லிம் வெறுப்பு அரசியல் என்கிற சமன் பாட்டின் அடிப்படையில் தீவிரமாகச் செயல்படும் இந்திய NRIகளின் இயக்கமாகிய ‘அமெரிக்க இந்திய அரசியல் செயல்பாட்டுக் குழு (USINPAC)’ பற்றி விரிவாகப் பார்த்தோம். இத்தொடரின் இறுதியாக, ‘இந்தியர்களின் பன்னாட்டு நண்பர்களின் சமூகம் (Friends of Indian Society International - FISI)' எனும் அமைப்புக்கும் சியோனிச யூத அமைப்புகளுக்கும் உள்ள சில இரகசியத் தொடர்புகள் குறித்துப் பார்ப்போம்.

இந்த அமைப்புகள் எல்லாமே ஒருவிதத்தில் ஒரே கருத்தியலின் அடிப்படையில்தான் இயங்குகின்றன. அது ‘இந்துத்துவம் + ‘நியோகான் நவதாராளவாதம்’ என்பதையும் கண்டோம். அப்புறம் இப்படி இயங்கும் பல அமைப்புகளுக்கும் இடையில் அப்படி என்னதான வித்தியாசம் உள்ளது? இவற்றின் நடவடிக்கைகளைக் கண்காணித்து எழுதி வருகிற நண்பர் ஒருவர் USINPAC / FISI இரண்டையும் இப்படி வேறுபடுத்திக் காட்டுகிறார். FISI இந்துத்துவத்தைக் காட்டிலும் சற்றுக் கூடுதலாக நவதாராளவாதப் (பிற்)போக்கிற்கு முக்கியத்துவம் அளிப்பது; USINPAC நவதாராள வாதத்தைக் காட்டிலும் இந்துத்துவத்துக்குச் சற்றுக் கூடுதலாக முக்கியத்துவம் அளிப்பது. அவ்வளவுதான். மற்றபடி யூத அமைப்புகளுடன் நெருக்கம், அமெரிக்காவுக்கும் இந்தியாவுக்கும் இடையில் நெருக்கத்தை அதிகப்படுத்துதல், முஸ்லிம் வெறுப்பு ஆகியவற்றில் இவை எல்லாம் ஒரே குட்டையில் ஊறும் மட்டைகள்தான். இராணுவமயமாக்கப்பட்ட இந்தியா,

பாகிஸ்தான் வெறுப்பு ஆகியவற்றிலும் இவை ஒரே மாதிரியான அணுகல்முறையை முன்வைப்பவைதான். முஸ்லிம்கள் ஒடுக்கப்பட்ட, அமெரிக்கத் தலைமையிலான நவதாராளவாத ஏகாதிபத்திய உலகு என்பதே இவர்களின் கனவு, இலட்சியம் எல்லாம். வாஜ்பேயி தலைமையில் அமைந்திருந்த பாஜக கூட்டணி அரசில் பன்னாட்டு முதலாளியத்திற்குச் சாதகமாக இந்திய பொதுத்துறை அழிக்கப்பட்டபோது அதை ஒத்த குரலில் கொண்டாடியவர்கள் இவர்கள். பொதுத்துறையை அழிப்பதற் காகவே ஒரு அமைச்சகம் அப்போது உருவாக்கப்பட்டு அருண்ஷோரி அந்த அமைச்சராக இருந்து செயல்பட்டது நினைவுக்குரியது. அருண்ஷோரியைக் கொண்டாடியவர்கள் இவர்கள்.

இப்படியான NRI இந்துத்துவ அமைப்புகளில் ஒன்றுதான் ரோகித் வியாஸ்மானுடைய HinduUnity. Org. இது அமெரிக்க பஜ்ரங் தள்ளுடைய ஒரு முன்னணி அமைப்பு. இந்த இணைய தளத்திற்கு 'இன்டெர்நெட்' சேவை அளித்து வந்த நிறுவனத்திற்கு புகார்கள் வந்ததன் அடிப்படையில் அது தன் சேவையை நிறுத்திக் கொண்டது. வியாஸ்மான் சோர்ந்துவிடவில்லை. உடனடியாக முக்கிய யூத தளமான Kahane.orgஇன் இயக்குநர் மிஷேல் குசோஃப்ஸ்கியின் உதவியை நாடினார். அவர் அப்போது இஸ்ரேலில் இருந்தார். அவர் உடனே அனன்டேல் வர்ஜீனியாவில் இருந்த தன் நண்பரும் தொழிலதிபருமான காரி வார்டெல்லுடன் வியாஸ்மானுக்குத் தொடர்பு ஏற்படுத்திக் கொடுத்தார். இந்த வார்டெல் என்பவர் டேவிட் வில்கெர்சன் என்பவரின் 'டைம்ஸ் ஸ்கொயர் சர்ச்' எனும் ஒரு கிறிஸ்தவ சியோனிச அமைப்பின் கிளையாகச் செயல்படுபவர். இந்த வில்கெர்சன் எந்த அளவு சியோனிச வெறியர் என்பதைப் புரிந்துகொள்வதற்கு word ofmessiah.org என்கிற கிறிஸ்தவ சியோனிச இணையதளத்தில் அவர் பத்தாண்டுகளுக்குமுன் கூறிய கருத்து ஒன்றே போதும். அது:

> ஜெருசலேத்திற்கு எதிராக வரும் எவரையும் கடவுள் அழித் தொழிப்பார் என விவிலியத்தின் சகரியா 12இல் மிகத் தெளிவாகக் கூறப்பட்டுள்ளது. ஜெருசலேத்தின் ஒரு அங்குல நிலத்தையேனும் அரேபியர்களுக்குக் கொடுக்க வேண்டும் என அமெரிக்க அதிபர் ஜார்ஜ் புஷ் இஸ்ரேலை வற்புறுத்தினார் என்றால் கடவுள் அவருக்குத் தண்டனை அளிப்பார்.

ரோஹித் வியாஸ்மான் போன்றோர் தங்களுக்கும் பஜ்ரங் தள்ளுக்கும் ஒன்றும் தொடர்பில்லை என பசப்புவார்கள். ஆனால் வியாஸ்மானின் HinduUnity.org, HinduUnity.com, and HinduUnity.net ஆகிய தளங்களுக்கு இன்டெர்நெட் சேவை அளிக்கும் 'சர்வெர்' தான் (IP முகவரி: *67.153.104.163)* தீவிர இந்துத்துவ தளங்களான BajrangDal.org, BajrangDal.com, and BajrangDal.net ஆகியவற்றுக்கும் சேவை அளிக்கிறது என்பது குறிப்பிடத்தக்கது.

இதே IP முகவரியிலிருந்துதான் 'யூதத் தற்காப்பு லீக்'கின் (Jewish Defence League - JEL) நியூயார்க் கிளையால் இயக்கப்படும் Kahane.org, www.jdl-ny.org <http://www.jdl-ny.org> முதலான தளங்களுக்கும் இன்டெர்நெட் சேவை அளிக்கப்படுகிறது. மேய்ர் கஹானே என்பவர் *1990*இல் கொல்லப்பட்ட ஒரு யூதத் தீவிரவாதி. இவரை 'யூதத் தீவிரவாதி' என அவர்களே பெருமையுடன் சொல்லிக்கொள்கின்றனர். 'இழிவு செய்தலுக்கு எதிரான சியோனிச லீக்' (Zionist Anti Defamation League) எனும் அமைப்பு இவரை, 'இனவெறி, வன்முறை, தீவிரவாத அரசியல் ஆகியவற்றை வெளிப்படுத்திய ஒருவகையான யூத தேசியத்தை தொடர்ந்து முன்மொழிந்தவர்' என அறிமுகப்படுத்துவது குறிப்பிடத்தக்கது. *2001* டிசம்பரில் மேற்குறிப்பிட்ட JDL அமைப்பின் தலைவரும் அதன் இன்னொரு உயர் அதிகாரியும், 'லாஸ் ஏஞ்சல்ஸ் பகுதியில் உள்ள ஒரு மசூதியையும் அமெரிக்கக் காங்கிரஸ் உறுப்பினர் டாரெல் இஸ்ஸாவின் அலுவலகத்தையும் வெடிவைத்துத் தகர்க்க' திட்டமிட்டதாகக் குற்றம்சாட்டப்பட்டது குறிப்பிடத்தக்கது. 'கஹானேயிசவாதிகள்' எனக் குறிப்பிடப்படும் இவர்கள் யார் எனப் புரிந்துகொள்ள இந்த அறிமுகம் போதும்.

மேலே குறிப்பிட்டுள்ள இன்டெர்நெட் சேவையின் 'டொமெய்ன்' பெயர் .il என முடிகிறது. எனவே இது அமெரிக்க மண்ணிலிருந்து செயல்பட்டாலும் 'இஸ்ரேல்' சார்ந்த 'டொமெய்ன்' என்பது இதன் மூலம் விளங்குகிறது.

www.Joinidf.org <http://www.Joinidf.org>, www.Jewishlegion.net <http://www.Jewishlegion.net> ஆகிய தளங்களும் இதே IP முகவரியில் இருந்துதான் சேவை பெறுகின்றன. இதில் முதலாவதாகக் குறிப்பிடப்படுவது இஸ்ரேல் இராணுவத்திற்கு

ஆள்சேர்க்கும் தளம். இரண்டாவதாகக் குறிப்பிடப்படும் தளத்தைத் திறந்தீர்களானால் அது உங்களை difendisrael.net எனும் தளத்திற்குக் கைகாட்டும். அங்கு ஒரு படத்தைக் காணலாம். அதில் பயந்து நடுங்கும் ஒரு அரேபிய முஸ்லிமை ஒரு போலீஸ் நாய் கடித்துக் குதறும். 'பயங்கரவாதத் தாக்குதல்களிலிருந்து இஸ்ரேலில் வாழும் யூதர்களைக் காக்க' பயிற்சி அளிக்கப்பட்ட போலீஸ் நாய்கள் பயன்படுத்தப்படுவதாகப் பெருமையுடன் அதற்கு விளக்கமும் அளிக்கப்படும். இப்படி சியோனிசத் தீவிரவாத கஹானே கும்பலின் பல இணையத்தளங்கள் இந்த IP முகவரி யிலிருந்து சேவை பெறுகின்றன. இவற்றில் பல இஸ்ரேலுடனும் அதன் இராணுவத்துடனும், சியோனிச அமைப்புகளுடனும் நேரடியாகத் தொடர்புடையவை. இவை தவிர இந்த சௌர்வரிலிருந்து வேறு ஏதேனும் தளங்கள் சேவை பெறுகின்றன என்றால் அவை HinduUnity மற்றும் பஜ்ரங் தள் சார்ந்த இணைய தளங்கள்தாம்.

அமெரிக்கவாழ் உயர்சாதி NRIகள் அப்படி ஒன்றும் தொழில் நுட்பத்தில் சளைத்தவர்கள் இல்லை. சிந்துவெளிச் சில்லுகளில் உள்ள கழுதைப் படத்தை எல்லாம் குதிரையாக மாற்றி சிந்துவெளி நாகரிகம் திராவிடர்களுடையதல்ல, அது ஆரியர் களுடையதுதான் என்றெல்லாம் 'நிரூபித்து' மாட்டிக்கொண்டு வழிந்தவர்கள் அவர்கள். அப்படியெல்லாம் இருந்தும் ஏன் இப்படி கஹானே கும்பலுடன் கூட்டணி சேர வேண்டும்? இதற்கு ஒரே பதில்தான். இது வெறும் தொழில்நுட்ப ரீதியான உறவு மட்டும் அல்ல. மாறாக வலதுசாரி மதவாத சக்திகளுக்கிடையேயான இயற்கைக் கூட்டணி இது. இந்துத்துவாவின் இந்தக் கூட்டணியில் இப்போது யூத சியோனிஸ்டுகள் மட்டுமல்லாமல் கிறிஸ்தவ சியோனிஸ்டுகளும் அடக்கம்.

Freeman Center என்கிற இன்னொரு யூத இணையதளம் ஏரியல் ஷரோன், டேனியல் பைப்ஸ் முதலான சியோனிச இரும்புத் தலைகளின் ஆதரவுடன் இயங்குகிற ஒன்று. அமெரிக்க அரசியலாருடனும் இஸ்ரேல் அரசு முகமைகளுடனும் நேரடித் தொடர்பில் உள்ள இந்த அமைப்பின் Maccabean எனும் கொள்கை விளக்க இதழ் ஆகஸ்ட் 2000 த்தில் மிகப் பெருமையுடன் ஒன்றைப் பறைசாற்றியது. அது:

இந்தியாவுக்கும் இஸ்ரேலுக்கும் இடையில் இராணுவ

உறவுகளைத் தொடங்கி வைத்ததில் ஃப்ரீமன் சென்டர் முக்கிய பங்கு வகித்துள்ளது. ஆஸ்லோ ஒப்பந்தத்திற்கு முன்னதாக அயலுறவு அமைச்சர் ஷிமோன் பிரெஸ் மூலம் இது நிறைவேற்றப் பட்டது. இந்தியாவுடனான இஸ்ரேலிய இராணுவத் திட்டங் களின் (military projects) விற்பனை இதன்மூலம் 2 பில்லியன் டாலருக்கு மேல் அதிகரித்துள்ளது.

இந்தியாவுடன் தொடர்புடைய இரு இணையதளங்களுடன் இந்த ஃப்ரீமன் சென்டர் உறவைப் பேணுகிறது. ஒன்று காஷ்மீரப் பண்டிட்களுடைய 'காஷ்மீரின் கடல்கடந்த அமைப்பு' என்பதன் இணையதளமான http://www.kashmir-information.com/>. மற்றது 'ஃப்ரீமன் சென்டருடைய ஆய்வாளர் அர்விந்த் கோஷின் 'Sword of Truth' (<http://www.swordoftruth.com/>)' என்னும் தளம். இது மிகவும் வெறித்தனமாக இந்துத்துவப் பிரச்சாரத்தை மேற்கொள்கிற ஒன்று. இந்த அர்விந்த் கோஷ் என்கிற நபர் ஆர்எஸ்எஸ்ஸின் ஆர்கனைசர் இதழில் தொடர்ந்து எழுதுகிறவர். 'இஸ்லாமும் நாத்திகனும் (Islam and the Infidel) எனும் அவரது எழுத்து அந்த வட்டத்தில் பிரபலமானது. சீதாராம் கோயல் போன்ற இந்துத்துவக் கருத்தாளர்களால் பாராட்டப்பட்டது. 1999இல் soc.culture.Indian எனும் தளத்தில் ஜய் மகராஜ் என்பவர் 50,000 முஸ்லிம்கள் இந்துமதத்தைத் தழுவப் போவதாகவும் அதற்கு நிதி உதவி அளிக்க விரும்புவோர் அர்விந்த் கோஷின் முகவரிக்கு (P.O. Box 631048, Houston TX 77263 USA) அனுப்புமாறும் ஒரு விளம்பரத்தைச் செய்திருந்த தகவலும் அவரைப் புரிந்துகொள்ள உதவும்.

இத்தகைய தொடர்புகளை உடைய அர்விந்த் கோஷ் எழுதி யுள்ள 'யூத-இந்து உறவுகள்' எனும் கட்டுரையில்தான் இந்தத் தொடரின் தொடக்கத்தில் குறிப்பிட்ட யூத-இந்து தொடர்பின் அவசியத்தை வலியுறுத்தும் கருத்துகள் முன்வைக்கப்பட்டன. 'யூதர்கள் இன்று அறிவு நுட்பத்திலும், கல்வியிலும் இன்னும் பல வகைகளிலும் உச்சத்தில் உள்ளனர். ஆனால் அவர்களின் எண்ணிக்கை குறைவு. இந்துக்களிடம் அறிவுநுட்ப வளர்ச்சிகள் குறைவாக இருந்தபோதும் எண்ணிக்கை அதிகம். எனவே இந்துக்களின் ஆள் பலமும் யூதர்களின் அறிவுநுட்பமும் ஒன்றாக இணைய வேண்டும்' என்பதுதான் அதன் சாரம். கட்டுரையின்

மற்ற பகுதி முழுவதும் ஏழாம் நூற்றாண்டு தொடங்கி இன்றுவரை உள்ள முஸ்லிம்கள்மீது அவதூறுகள்தான்.

அர்விந்த் கோஷின் இந்தக் கருத்து இந்துத்துவ - சியோனிச உறவு வளர்ச்சியில் முக்கியப் பங்கு வகித்தது. israelforum.com எனும் தளத்தில் 'இஸ்ரேலின் உலக உறவுகள்' எனும் பக்கத்தில் 'இஸ்ரேல் இந்திய வணிக வளர்ச்சி' எனும் தலைப்பில் இஸ்ரேல் இந்திய உறவு ஒரு விவாதப் பொருளாக ஆக்கப்பட்டது. 'இஸ்லாமியவாதிகள் மற்றும் அரேபியர்களுடனான இந்தியாவின் நீதியான போர் இன்னும் தீவிரமாக வேண்டும். ஒரு விரல் அசைவில் இஸ்லாமியவாதிகளை அழித்தொழிக்கும் வல்லமையும் வளமும் இந்தியாவுக்கு உண்டு. இஸ்ரேல் ஒரு சிறு கல் என்கிற அளவில் இருக்கலாம். ஆனால் இந்தியா ஒரு மலையளவு பெரியது. நம் இரு நாடுகளின் பொது எதிரியின் தலையில் அது நழுவி விழுந்து நசுக்கும் காலத்தில் இஸ்ரேல் அதனிடம் உள்ள பயிற்சிமிக்க படைகள் உட்பட அதன் சிறப்பு ஆற்றல்களை எல்லாம் அளித்து உதவும் என்பதில் ஐயமில்லை..' - என்கிற கருத்துகள் அதில் இடம்பெற்றன. அந்தத் தளத்தில் கீழ்க்காணும் ஒரு அழைப்பும் இடம் பெற்றது:

அமெரிக்கா, இஸ்ரேல், இந்தியா ஆகியவற்றுக்கிடையே வணிகம் மற்றும் இதர சாத்தியங்கள் (strategic opportunities) தொடர்பாக விவாதிக்க அமெரிக்க இந்திய அரசியல் செயல்பாடுகளுக்கான குழு (USINPAC) உறுப்பினர்கள், இந்தியத் தூதுவர், அவர்களின் வணிகம் தொடர்பான கூட்டாளிகள் ஆகியோரை இஸ்ரேல் தூதுவர் அழைக்கிறார். *நாள்:* மார்ச் 25, 2004 மதியம் 12 மணி.

12

இவர்களின் இந்த நட்பு
அற அடிப்படையில் ஏற்கத் தகாதது,
அரசியல் அடிப்படையில் முட்டாள்தனமானது

இவர்களின் செயல்பாடுகள் குறித்து இன்னும் ஏராளமான விவரங்கள் தரலாம். அவை இவர்கள் எந்த அளவிற்குத் தீவிரமாகவும் பரந்தும் செயல்படுகிறார்கள் என்பதைத்தான் உறுதி செய்யுமே ஒழிய இவர்களின் இத்தனை இணையதளங்கள், பிரச்சாரக் கூட்டங்கள், விருந்துச் சந்திப்புகள் எல்லாவற்றிலும் பேசுபவையும், தம் நியாயங்களாக முன்வைப்பவையும், அனைத்தும் ஒரே மாதிரியான 'போரடிக்கிற' வாதங்கள்தான்.

அவற்றை இப்படிச் சுருக்கிச் சொல்லி முடித்துக்கொள்ளலாம்.

1. இந்தியா, இஸ்ரேல், அமெரிக்கா மூன்றும் ஜனநாயக நாடுகள். பலஸ்தீனியர்கள், பாகிஸ்தானிகள், அரேபியர்கள் என உலகெங்கிலும் உள்ள முஸ்லிம்கள் எல்லோரும் பயங்கரவாதத்திற்காக நிற்போர்கள். எனவே இன்றுள்ள மோதல் என்பது ஜனநாயகத்திற்கும் பயங்கரவாதத்திற்குமான மோதல்தான். இந்த அடிப்படையில் இவர்கள் இயக்கும் இணையதளங்களில் ஒன்று democracies againstterror.org <http://ghadar.insaf.net/printversion/democracies againstterror.org>. பாஜக அரசு வெளிப்படையாகப் பயங்கரவாதத்தை ஊக்குவிப்பது பற்றியோ காஷ்மீரில் நடக்கும் மனித உரிமை மீறல்கள், குஜராத் படுகொலைகள், பழங்குடி மக்கள்மீது ஏவப்படும் 'பச்சை வேட்டை' குறித்தோ, 'சல்வாஜுடும்' என அரசாங்கமே செயல்படுத்தும் சட்ட விரோத ஆயுதப் படைகள் பற்றியோ உலகெங்கிலும் அமெரிக்கா மேற்கொள்ளும் பயங்கரவாதத் தாக்குதல் குறித்தோ, சே குவேராவை மட்டுமல்ல கியூபாவின்

அதிபராக மக்கள் செல்வாக்குடன் வீற்றிருந்த ஃபிடெல் காஸ்ட்ரோவைக் கொல்லவும் அமெரிக்கா மேற்கொண்ட முயற்சிகள் பற்றியோ, வியட்நாமில் எரிகுண்டுகளை வீசி மக்களையும் குழந்தைகளையும் கொன்று குவித்ததைப் பற்றியோ, பலஸ்தீனியர்களின் மண்ணை இஸ்ரேல் வெளிப் படையாக ஆக்ரமித்து அப்பாவி மக்களைக் கொன்று குவிப்பதையோ இவர்கள் பேசுவதே இல்லை. ஜனநாயகம் பற்றியும் பயங்கரவாதம் பற்றியும் வாய்கிழியும் இந்தத் தளங்கள் எதுவும் குஜராத் 2002 குறித்து மட்டும் வாய் திறந்தது இல்லை.

2. அடுத்து, இவர்கள் தீவிரமாக முன்வைப்பது இஸ்லாமிய வெறுப்பு. இதை நியாயப்படுத்த இவர்கள் முன்வைக்கும் வாதம் இதுதான்: இந்துமதமும் யூதமும் மதமாற்றம் செய்வதில்லை. எனவே இவை 'சகிப்புத்தன்மை' வாய்ந்தவை. ஆனால் இஸ்லாம், கிறிஸ்தவம் ஆகியன மதமாற்றம் செய்பவை. எனவே சகிப்புத்தன்மை அற்றவை. இப்படிச் சொல்லும் இவர்கள் இன்று அரசு ஆதரவுடன் மேற்கொள்ளப் படும் 'கர் வாபசி' மதமாற்றங்களைப் பற்றியோ, மசூதி இடிப்புகளையோ, பசுவின் பெயரால் மேற்கொள்ளப்படும் வன்முறைகள் பற்றியோ மட்டும் வாய்திறக்கமாட்டார்கள். மாறாக இத்தகைய செயற்பாடுகளுக்கு நிதி உட்பட எல்லா வகைகளிலும் உதவி செய்வர்.

3. மூன்றாவதாக, இவர்கள் முன்வைப்பது தங்களின் உடனடிச் செயல்திட்டம் அது: 'இஸ்லாமிய பயங்கரவாதத்திற்கு' எதிராக 'அமெரிக்கா+இஸ்ரேல்+இந்தியா' எனும் கூட்டணியை உருவாக்கி, வர்த்தகம், ஆயுத விற்பனை ஆகியவற்றையும் இராணுவ நெருக்கத்தையும் அதிகரிப்பது.

இதைத்தான் அவர்கள் பல்வேறு பெயர்களில் செய்துகொண்டு உள்ளனர். பல்வேறு அமைப்புகளாகச் செயல்பட்டுக்கொண்டு இருந்தாலும் இவர்களுக்கிடையே நெருக்கமான உறவுகள் உண்டு. இவர்கள் சந்தித்துக்கொள்ளும் பொதுத் தளங்களும் உண்டு. எடுத்துக்காட்டாக சற்றுமுன் சொன்ன democraciesagainstterror.org <http://ghadar.insaf.net/printversion/democraciesagainst

terror. org> இல் அங்கமாக உள்ளவர்களில் சிலர்: FISI அமைப்பைச் சேர்ந்த கவுரங் தேசாய், ஹிந்து ஸ்வயம் சேவக் சங்கின் மிஹிர் மெகானி, தீவிரமான இந்துத்துவக் கருத்தாளராக அறியப்படும் யதீந்திரா பட்நகர், சான் மேடியோவைச் சேர்ந்த தீவிர சியோனிஸ்டும் மருத்துவருமான ஸ்காட் ஆப்ராம்சன் முதலானோர். இந்த ஆப்ராம்சன் தமது அமெரிக்க இஸ்ரேல் கூட்டமைப்பின் (AIPAC) சந்திப்புகளுக்குத் தெருக்களில் நின்று கொண்டு தின்பண்ட (cookies) பொட்டலங்களைக் கொடுத்துக் கூட்டம் சேர்ப்பதில் கில்லாடி எனப் புகழப்படுபவர்.

Democeacy.org என்பது கலிபோர்னியாவிலிருந்து செயல்படும் இன்னொரு அமைப்பு. இந்திய- இஸ்ரேல் நெருக்கத்தை ஏற்படுத்த தீவிரமாக முயற்சிகள் மேற்கொண்ட பாப் ஸெய்ட்மான், முன் குறிப்பிட்ட யதீந்த்ர பட்நகர் ஆகியோர் இதில் உள்ளனர். இந்த ஸெய்ட்மானும், 'ஹிந்து சமூகம்' (Hindu Community) எனும் அமைப்பைச் சேர்ந்த வேத் மேதா போன்றோரும் பேசி ஆள்திரட்டுவதில் வல்லவர்கள். 'இந்தியா, இஸ்ரேல் இரண்டு நாடுகளும் பிரிட்டிஷ் ஆட்சியில் இருந்தன. இரண்டும் ஒரே நேரத்தில் விடுதலை பெற்றன. இரண்டும் தம்மை அழிக்கத் துடித்துக் கொண்டுள்ள நாடுகளால் சூழப்பட்டுள்ளன. இரண்டும் ஜனநாயக நாடுகள். மனித உரிமைகளை மதிப்பவை (!), இரண்டும் நவீன தொழில்நுட்பங்கள் மூலம் தம் பொருளாதாரத்தை மேம்படுத்த ஆர்வம் கொண்டவை..' எனும் ரீதியில் இவர்களின் உரை வீச்சுக்கள் அமைகின்றன. 'எங்கள் கூட்டங்களுக்கு வாருங்கள், உரையாற்ற வாய்ப்புத் தருகிறோம். பேசுவதற்கு உங்களிடம் சரக்கு இல்லையே என யோசிக்காதீர்கள். நாங்களே தேவையான கருத்துரைகளை அனுப்பி வைக்கிறோம்' எனப் பேசி ஆள் சேர்க்கின்றனர். இந்த நோக்கில் 'இந்திய வரலாறு', 'இஸ்ரேல் வரலாறு' போன்ற தலைப்புகளில் இட்டுக் கட்டப்பட்ட தகவல்களைச் சேகரித்துத் தகவல் களஞ்சியங்கள் (Resource centres) மற்றும் இணையதளங்களையும் செயல்படுத்துகின்றனர்.

மொத்தத்தில் இவர்கள் தீயாய் வேலை செய்கின்றனர். அந்தத் தீயில் இவர்கள் தம் 'டயஸ்போரா குற்ற உணர்வை' எரித்துக் கொள்கின்றனர். இவர்களின் இந்த வேலைகள் மூலம் இங்கே தூண்டப்படும் வெறுப்பு அரசியலும், பயங்கரவாத நடவடிக்கை

களும், இன அழிப்புகளும் பற்றி இவர்களுக்குக் கவலையில்லை. சொல்லப்போனால் அதுதான் இவர்களின் நோக்கமும்கூட.

சுதந்திரம் அடைந்த காலந்தொட்டுப் பாரம்பரியமாக இந்தியா ஒரு நடுநிலைப் பாதையைத்தான் மேற்கொண்டு வந்தது. நீண்ட காலம்வரை இந்திய பாஸ்போர்ட்டில் அனுமதிக்கப்பட்ட நாடுகளின் பட்டியலில் இஸ்ரேலும் தென் ஆப்ரிகாவும் இடம் பெற்றதில்லை. இரண்டும் இனவெறி நாடுகளாகவே அணுகப் பட்டன. நேரு காலத்தின் இறுதியிலிருந்தே (1963) இஸ்ரே லுடனான இராணுவத் தொடர்புகள் இலேசாக அரும்பத் தொடங்கி இருந்தாலும் நரசிம்ம ராவ் காலத்தில் உலகமயப் பொருளாதாரத்திற்கு இந்தியா திறந்துவிடப்பட்ட பின்தான் இரண்டுக்குமான நெருக்கம் சற்றுக் கூடுதலானது. முதல் பாஜக கூட்டணி அரசின் போது இந்த நெருக்கம் இன்னும் அதிகரித்தது.. ஒரு இஸ்ரேலியப் பிரதமர் இந்தியாவுக்கு வருவது அப்போதுதான் முதல் முறையாக நடந்தது (ஏரியல் ஷரோன்/2003). இன்று அந்த உறவு அதன் உச்சகட்டத்தை எட்டியுள்ளது.

இந்தியா அயலுறவில் கொண்டிருந்த தன் அறம்சார்ந்த நடுநிலைப் பாதையிலிருந்து வழுவியதில் இந்த இன்டெர்நெட் இந்துத்துவாவின் பங்கு கூடுதலானது.

ஒன்றைக் குறிப்பிட்டு முடிக்க வேண்டும். இந்துத்துவம் இப்படி சியோனிசத்தை வியப்புடன் நோக்குவதும் அமெரிக்காவை அடிமை மனப்பாங்குடன் ஆராதிப்பதும் வியப்புக்குரிய ஒன்றல்ல. அமெரிக்காவாழ் இன்டெர்னெட் இந்துத்துவவாதிகள் அப்படி ஒன்றும் புத்திசாலிகளும் அல்ல. இவர்கள் ஆர்எஸ்எஸ்ஸாக உருப்பெற்ற போதே இப்படித்தான் பாசிசத்தையும் நாசிசத்தையும் வியந்து நோக்கினார்கள். பாசிசம் உலகை ஆளப்போகிறது என முட்டாள்தனமாக நம்பினார்கள். வெளிப்படையாகத் தம் நட்பைக் கொண்டாடினார்கள். முசோலினியையும் ஹிட்லரையும் வியந்து நோக்கினார்கள். சந்தித்து வழிந்து நின்றார்கள்.

இன்ட்ர்நெட் இந்துத்துவவாதிகள் உலக வளர்ச்சிப் போக்கையும், ஏகாதிபத்தியப் பொருளாதாரத்தில் ஏற்பட்டுவரும் மாற்றத்தையும் உய்த்துணரும் அளவு புத்திசாலிகள் இல்லை. இவர்கள் முன்வைத்த வரலாற்று ஆராய்ச்சிகள், மொழி ஆராய்ச்சிகள் எல்லாம்

கல்வியாளர்களால் எள்ளி நகையாடப்பட்ட கதை உலகறியும். மாறிவரும் ஏகாதிபத்தியப் பொருளாதாரம் இனி அமெரிக்கா அல்லது இங்கிலாந்து போன்ற ஒரு நாட்டையோ, ‘டாலர்’ போன்ற ஒரு நாணயத்தையோ மையமாகக் கொண்டு அமையப் போவதில்லை என நவீன பொருளாதார அறிஞர்கள் முன்னூகிக் கின்றனர். இவர்களின் அமெரிக்க அடிமைத்தனம் எந்த வகையிலும் பெரிதாகப் பயன்படப் போவதில்லை. பக்கத்தில் உள்ள சீனாவைக் கூட அமெரிக்கத் துணையால் எதிர்கொள்ள இயலாத நிலையில் தான் இவர்கள் உள்ளனர்.

இஸ்லாமிய வெறுப்பு, பொருளாதார அடிமைத்தனம், இராணுவமயமான அரசியல் இவை அற அடிப்படையில் ஏற்கத் தகாதவை மட்டுமல்ல; அரசியல் அடிப்படையிலும் முட்டாள் தனமானவையும்கூட.

துணை நின்றவை

1. Hindu Extremists Seek Ties With Israel and Its U.S. Lobby, Faisal Kutty, Washington Report on Middle East Affairs, January 1994
2. Namaste Sharon, Vijay Prashad, LeftWord, 2003
3. ‘Indo-US economic cooperation very positive; military cooperation very high’ January 13, 2004 (http://www.indiaonestop.com/face2face/sanjaypuri.htm).
4. 'Two Unlikely Allies Come Together in Hatred of Muslims' New York Times, June 2, 2001
5. United in Hatred, Aseem Chhabra, Rediff US Special, July 24, 2001 http://www.rediff.com/us/2001/jul/24usspec.htm
6. American Pastor David Wilkerson speaks out in interview with Israel Today magazine, Word of Messiah Ministries http://word ofmessiah.org/david_wilkerson.htm
7. Jew-Hindu Relations, Arvind Ghosh, The Maccabean, http://www.freeman.org/m_online/sep97/ghosh.htm
8. India and Israel, Bob Zeidman, Auguest 2003, http://4democracy.org/ articles/Zeidman2003-08.htm
9. Israel and India, Zionism and Hindutva – by Achin Vanaik, Alternatives International, www.alterinter. org, October-November 2009

10. Hindutva and Zionism: Comprador States of Pentagon, Inc. By Vijay Prashad, ZMag.ORG, Aug 8 2001
11. Hindutva Zionism Bhai Bhai: Zionism and Hindutva in the US hindutvazionism.blogspot.com/2004/06/zionism-and-hindutva-in-us.html
12. USINPAC: Buying Zionist Influence, Selling Indian Interests, By Zeeshan Farees, Gadar, 7 July 2004
13. Zionism, Hindutva, and Mickey Mouse Imperialism by Raja Harish Swamy, Ghadar, Volume 5: Number 2, July 21 2002
14. Natural allies of Hindutva, BY URVASHI SARKAR,29 May 2014, himalmag.com/natural-allies
15. A Blueprint for Building Hindu Power – Barry Nirmal | World Hindu News. www.world hindunews. com/.../a-blueprint-for-building-hindu-power-barry-nirmal/June 22, 2015
16. Brahminism & Zionism, Dr. R.P. Harsh, Harsh Clinic, Barnala Road, Sirsa - 125 055, December 1st - 15th 2004
17. British Public Is Funding Hindutva Extremism, By Awaaz - Soth Asia Watch, 27 February, 2004
18. Campaign to Stop Funding Hate, PRESS RELEASE,: Tuesday March 01, 2004, www.stopfunding hate.org
19. Hindutva Fascists and Barbaric Zionists Are Natural Partners, By Anand Singh, 19, Oct 2015, Countercurrents.org
20. Hindutva, Zionism, ERIC GUREVITCH, https://nplusonemag.com/online-only/online-only/hindutva-zionism/
21. A Report On Hindutva Activities, http://www.sacw.net/DC/CommunalismCollection/ArticlesArchive/2008HSC-, FINAL-REPORT.pdf
22. Hindutva And Zionism: Differing In Symbols, Allied In Thought, Jaideep A Prabu - Jun 05, 2017, 3:38 pm
23. Unholy alliance between Hindutva and Zionism, By Ali Khan Mahmudabad, varsity.co.uk, Dec 27, 2010
24. Working for India or against Islam? Islamophobia in Indian American Lobbies Ingrid Therwath, https://samaj.revues.org/262